ICELAND
WINTERTIDE

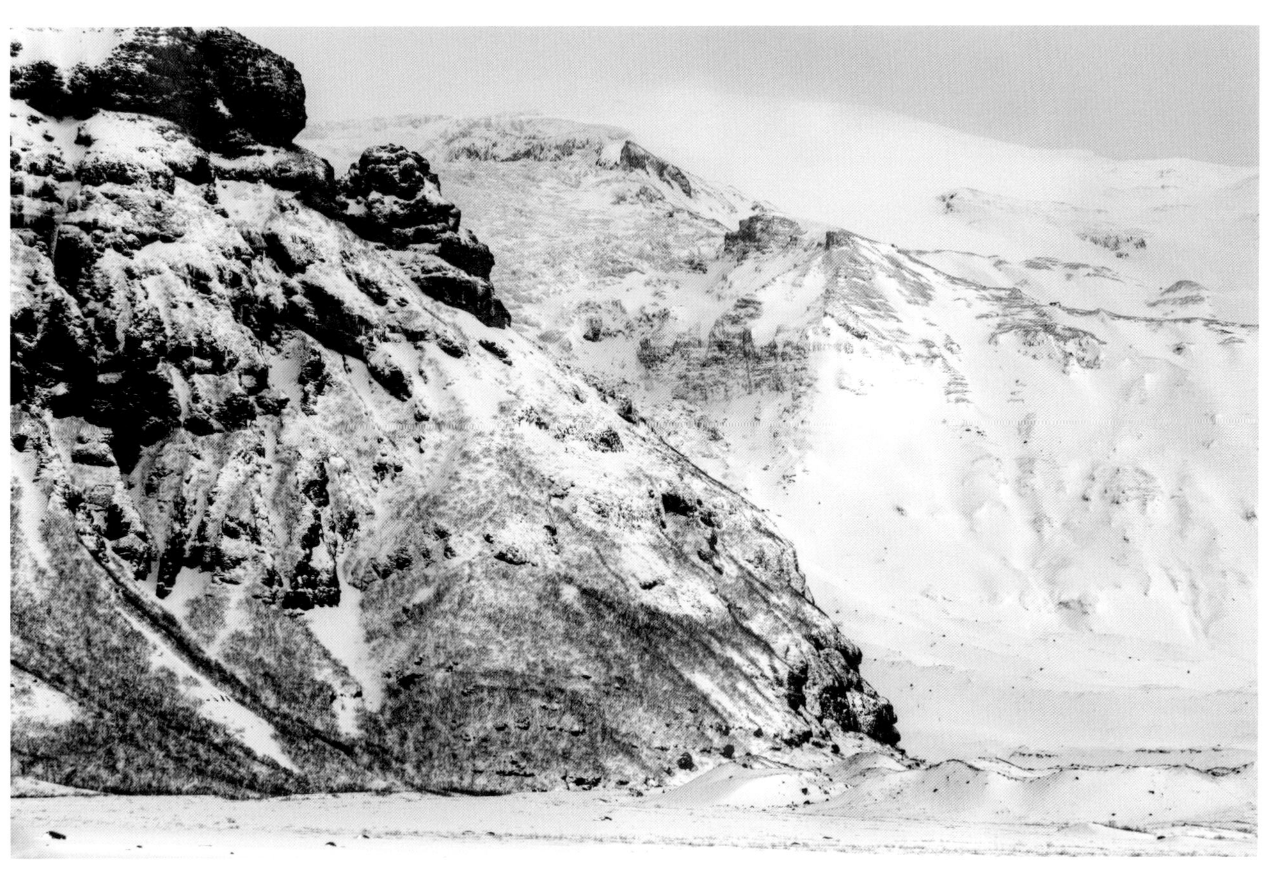

PHOTOGRAPHS BY • LJÓSMYNDIR EFTIR

DAVID FREESE

AFTERWORD BY• EFTIRMÁLA RITAR
AUÐUR AVA ÓLAFSDÓTTIR

GEORGE F. THOMPSON PUBLISHING
IN ASSOCIATION WITH THE • Í SAMVINNU VIÐ
CENTER FOR THE STUDY OF PLACE

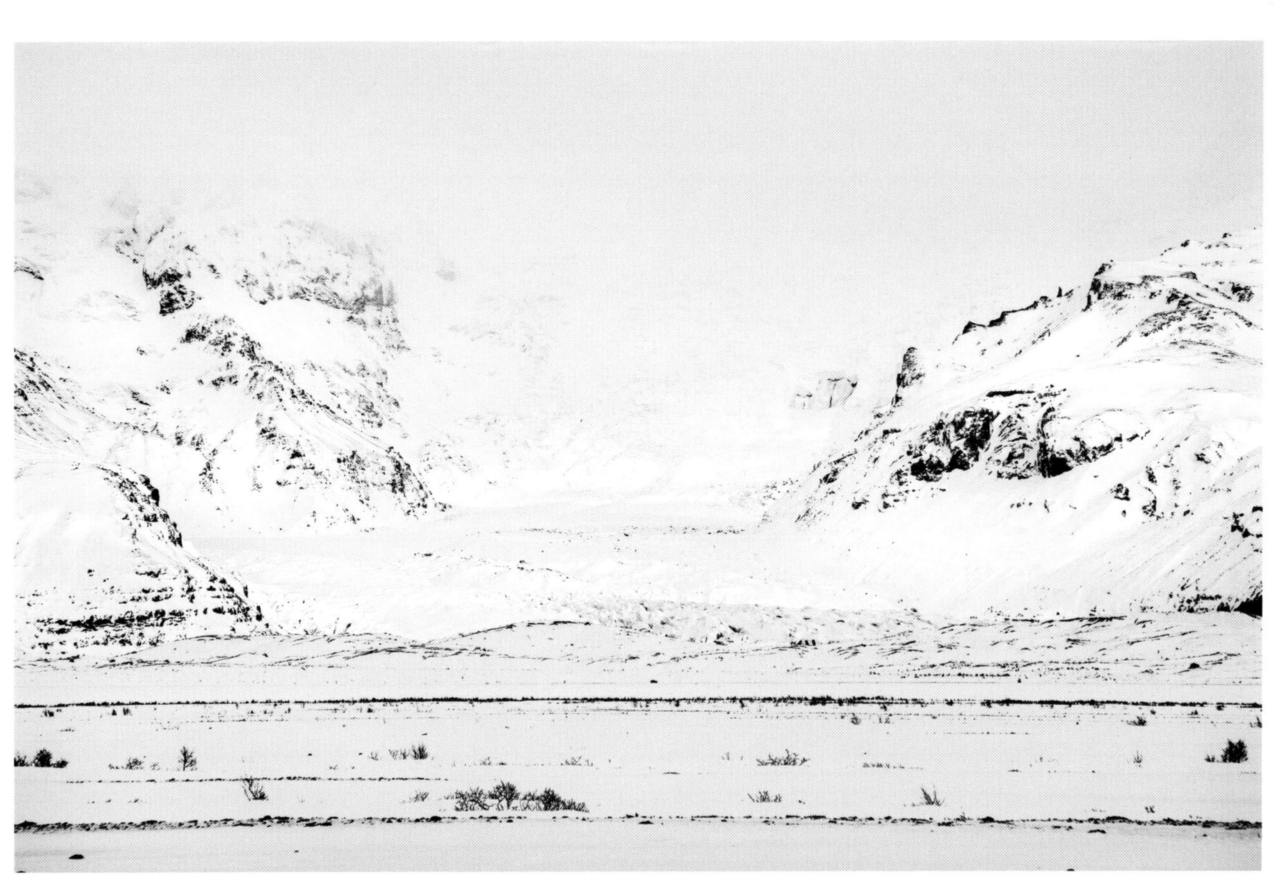

FOR SIMON WINCHESTER,
WITH GRATITUDE FOR YOUR
KINDNESS AND ELOQUENCE.

TILEINKAÐ SIMON WINCHESTER,
MEÐ ÞÖKKUM FYRIR
GÆSKU ÞÍNA OG MÆLSKU.

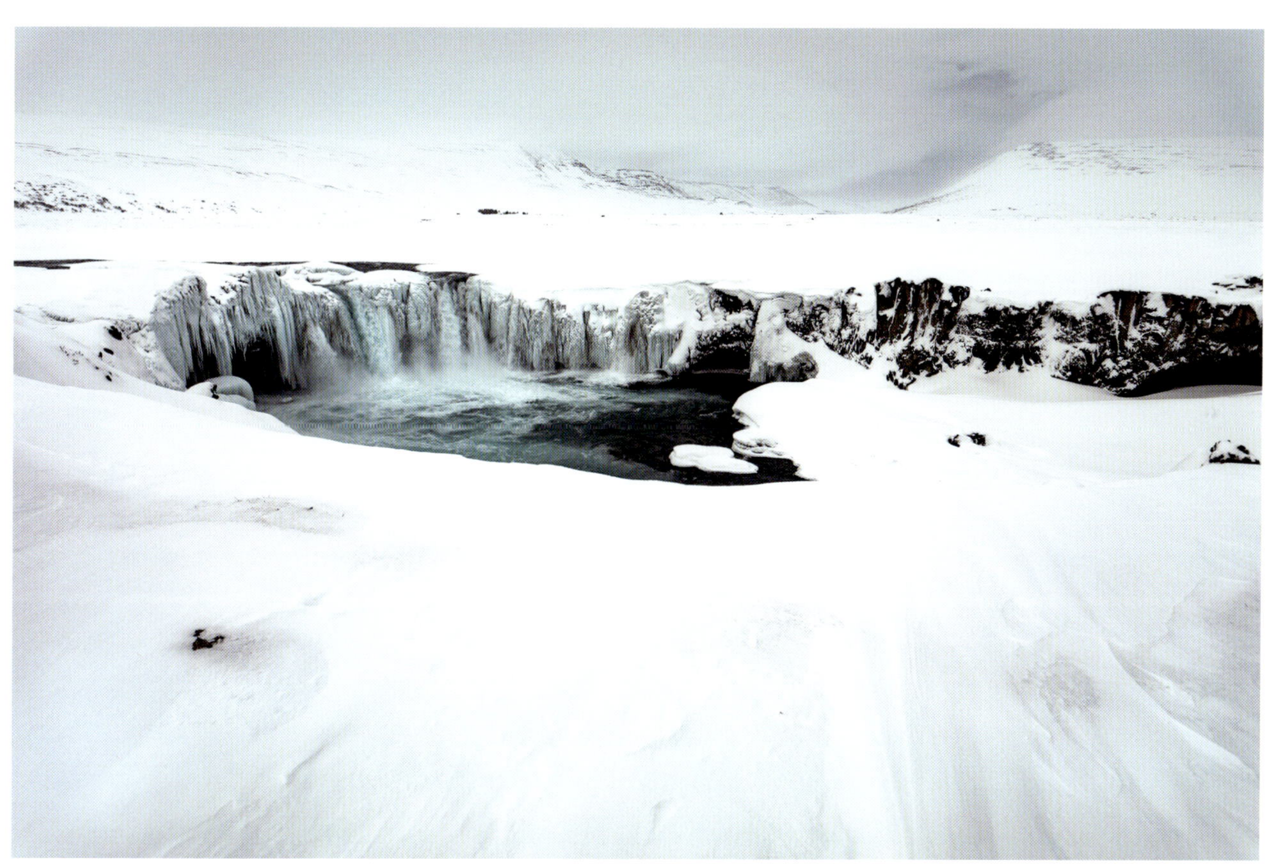

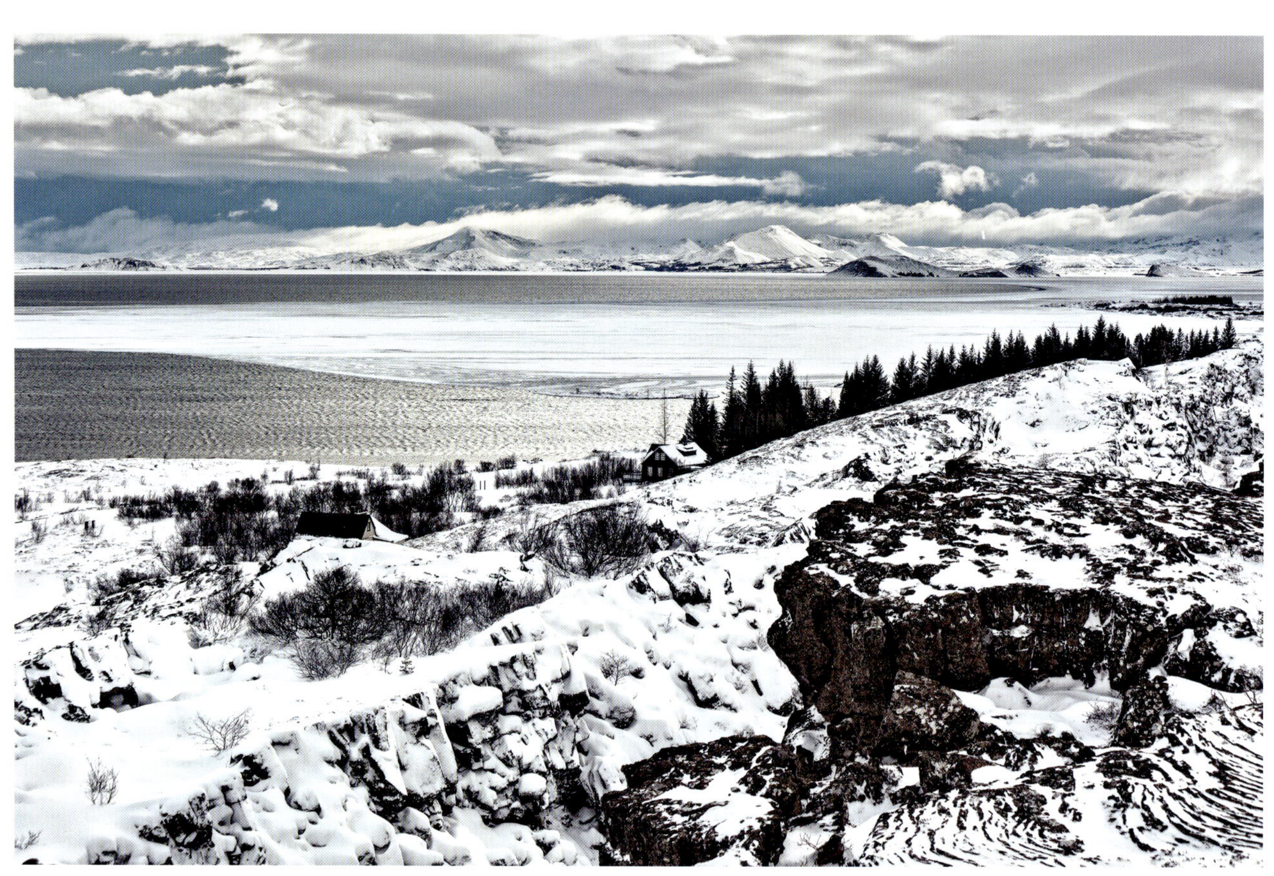

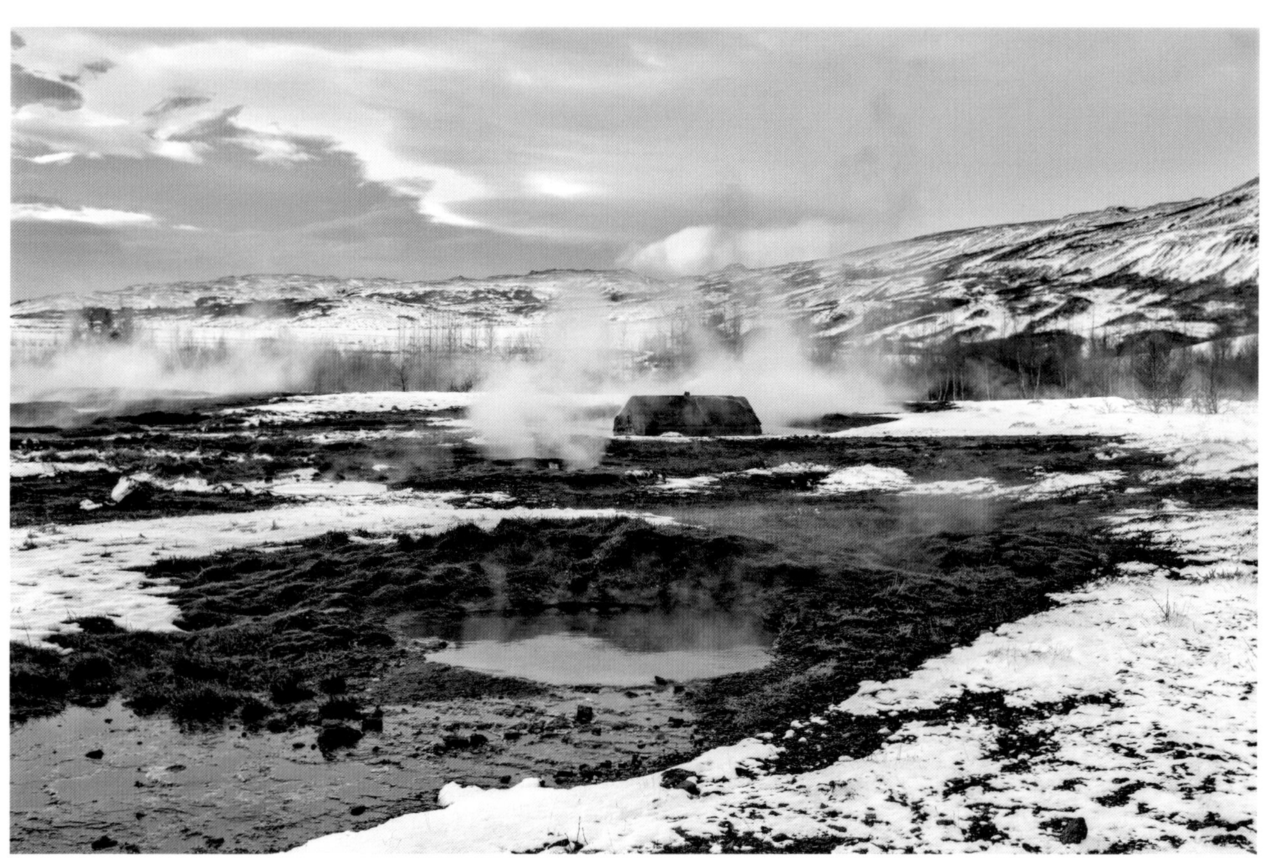

 I once heard a cinematographer say that nothing looks as good on color film as does a subject that is comprised only of black and white and gray tones—colorless yet photographed in color. I could appreciate this remarkable observation in some singular images that I have taken over the years, but—to my great, welcome surprise—when I traveled to Iceland in the winter of 2020, a body of work developed in which I was able to realize that concept more fully.

Iceland is a unique combination of geologic, climatic, atmospheric, and oceanic phenomena that provides a visual cornucopia that entices artists from all over the world. Once wintertide blankets the country in snow, Iceland becomes an island of black and white and gray. With the assist of the mostly cloudy skies, its varied landscapes provide a wonderful grayscale against which punctation marks of color beg notice. The eyes are mesmerized.

As a result of the research of brilliant scientists and the ongoing attention given by a diverse community of artists, ice has become a symbol of climate change—because everyone on the planet knows it is melting. The world is rapidly warming, and the cost to humankind is dramatically increasing from our meager action. This sad, tragic fact has been the underlying theme of the three previous books that comprise my *Trilogy of North American Waters*. Wanton fossil-fuel extraction has left a legacy of greed and worldwide environmental harm.

On volcanic Iceland, scarred by a tectonic plate boundary in the Gulf Stream of the North Atlantic just below the Arctic Circle, all the glaciers will be gone within one hundred years if not sooner. But not through any fault of the Icelanders who produce all their electricity through renewable resources—geothermal and hydroelectric. Can the rest of the world follow their lead?

For photographers, there will always be a landscape to photograph and ponder. But, on this wondrous island of ice and snow, captivating scenes—such as those seen and preserved within—will be gone in several decades; the reality of a white Arctic, and a great deal more, will be lost.

— DAVID FREESE

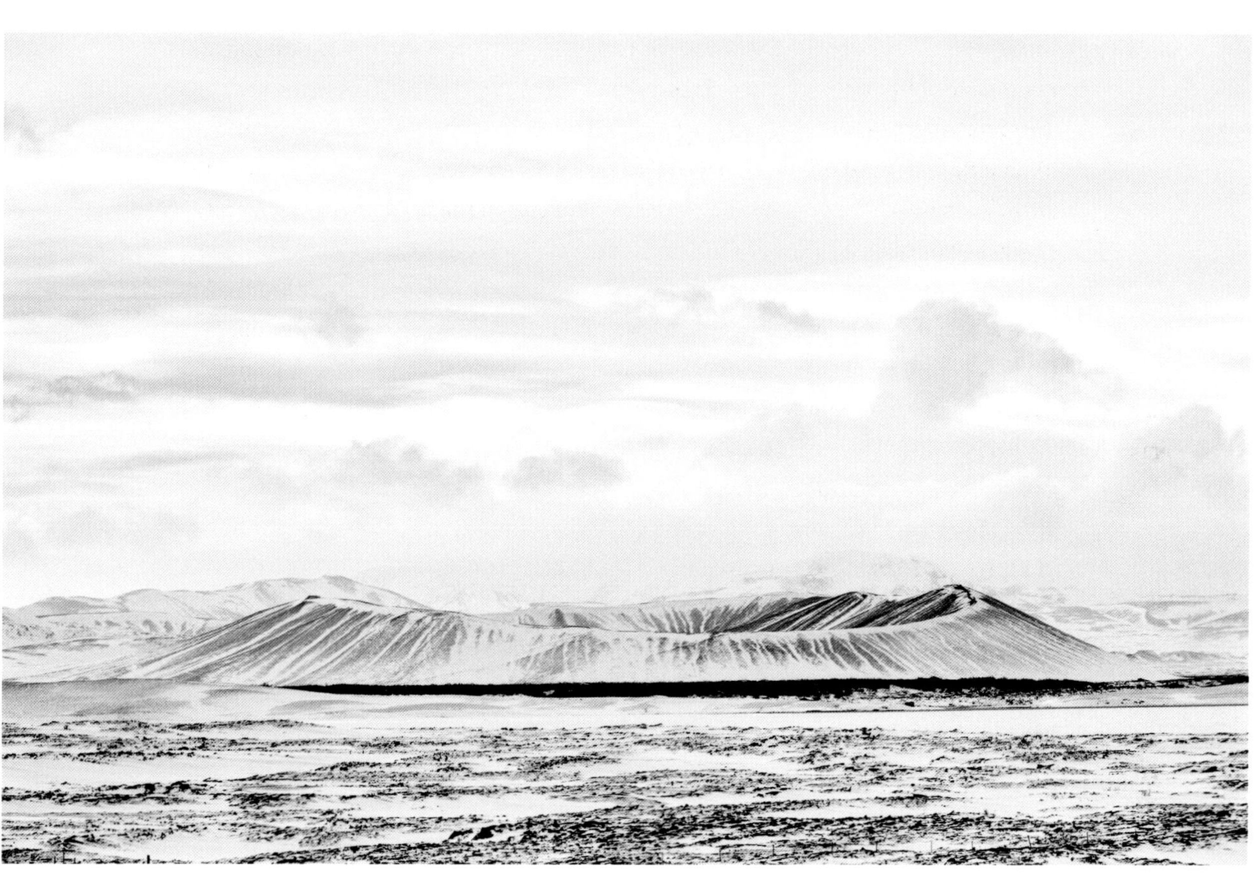

   Einu sinni heyrði ég kvikmyndatökumann segja að ekkert kæmi jafn vel út í lit og viðfangsefni í svörtum, hvítum og gráum tónum—litlaus en mynduð í lit. Ég get verið sammála þessu um ýmsar af þeim myndum sem ég hef tekið í áranna rás, en—mér til mikillar og óvæntrar ánægju—gerði heimsókn til Íslands veturinn 2020 mér kleift að vinna með þessa hugmynd til hlítar.

Ísland er einstök blanda jarðfræði, loftslags og hafstrauma sem skapar sjónrænan gnægtabrunn sem laðar til sín listafólk hvaðanæva úr heiminum. Þegar veturinn breiðir snjóinn yfir landið verður eyjan svört, hvít og grá. Himinninn er löngum þungskýjaður og fjölbreytt landslagið býður upp á dásamlegan gráan litaskala sem brotinn er upp með stöku lit sem hrópar á athygli. Maður fellur í stafi.

Þrotlausar rannsóknir snjalls vísindafólks, ásamt þeirri athygli sem listafólk í ýmsum greinum hefur veitt málefninu, hafa gert ís á jörðinni að táknmynd loftslagsbreytinga–vegna þess að hvert mannsbarn veit að hann er að bráðna. Heimurinn fer hraðhlýnandi og við munum greiða það himinháu gjaldi að hafa brugðist seint og illa við. Þessi sorglega staðreynd hefur verið undirliggjandi viðfangsefni þriggja fyrri bóka minna, sem saman mynda „*Vatnaþríleik Norður-Ameríku*" (*Trilogy of North American Waters*). Gegndarlaus vinnsla jarðefnaeldsneytis hefur ýtt undir græðgi og valdið skaða á umhverfinu.

Á eldfjallaeyjunni Íslandi, sem liggur á mótum meginlandsfleka, í Golfstraumi Norður-Atlantshafsins, rétt sunnan við heimskautsbaug, verða allir jöklar horfnir eftir hundrað ár, ef ekki fyrr. Þetta er þó ekki Íslendingum að kenna, þeir framleiða allt sitt rafmagn með endurnýtanlegum orkugjöfum—jarðhita og vatnsafli. Geta aðrar þjóðir tekið sér þá til fyrirmyndar?

Það verður alltaf til landslag sem ljósmyndarar geta myndað og velt fyrir sér. En á þessari undursamlegu eyju snjóa og ísa verður sú ægifagra sýn sem varðveitist hér horfin eftir nokkra áratugi; hugmyndin um heimskautið hvíta, og svo ótalmargt fleira, mun glatast.

— DAVID FREESE
Þýtt úr ensku af Ingunni Snædal.

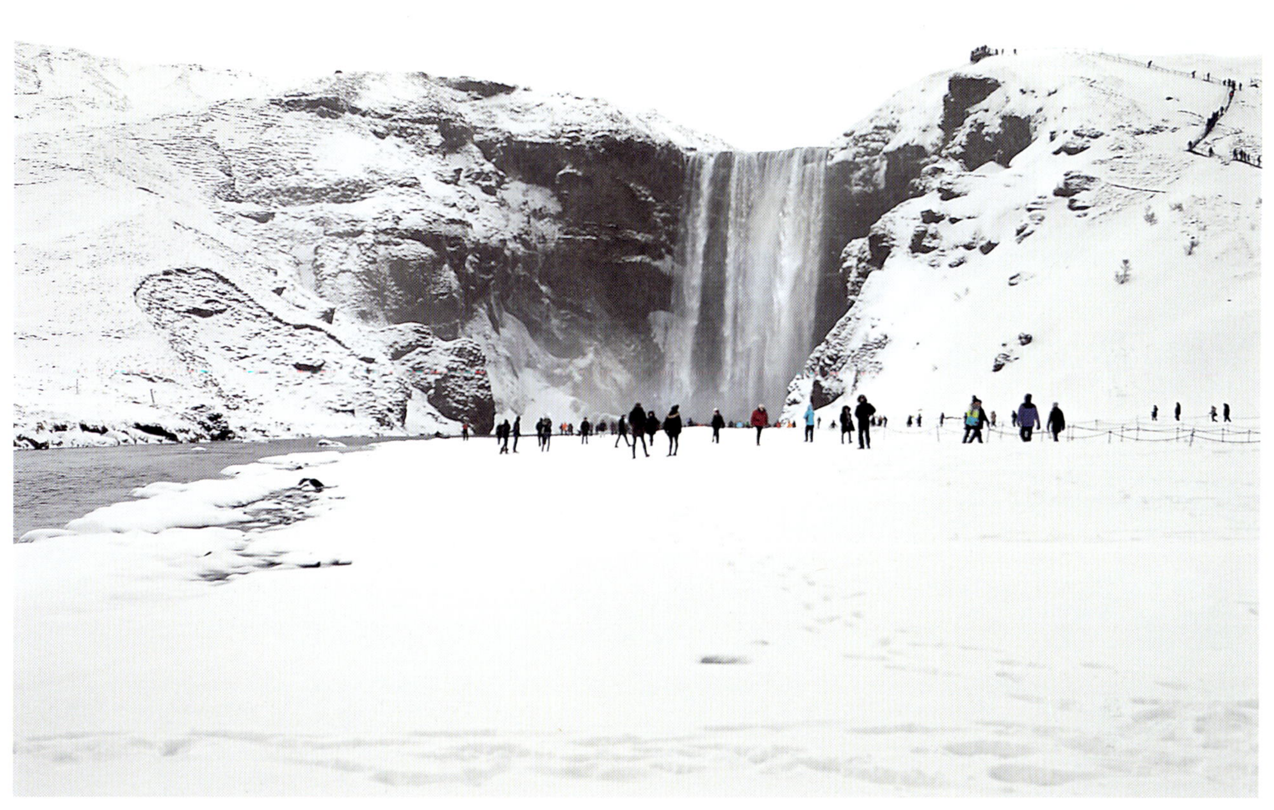

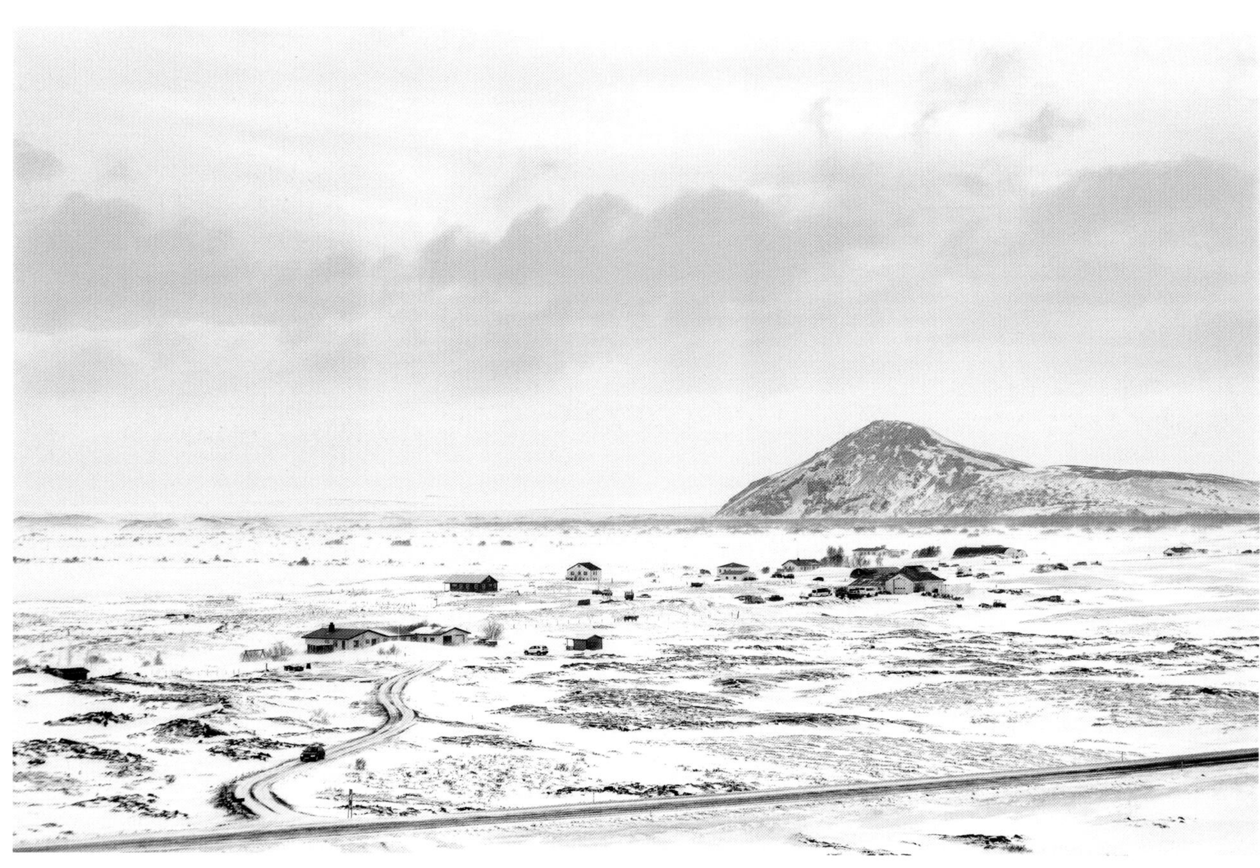

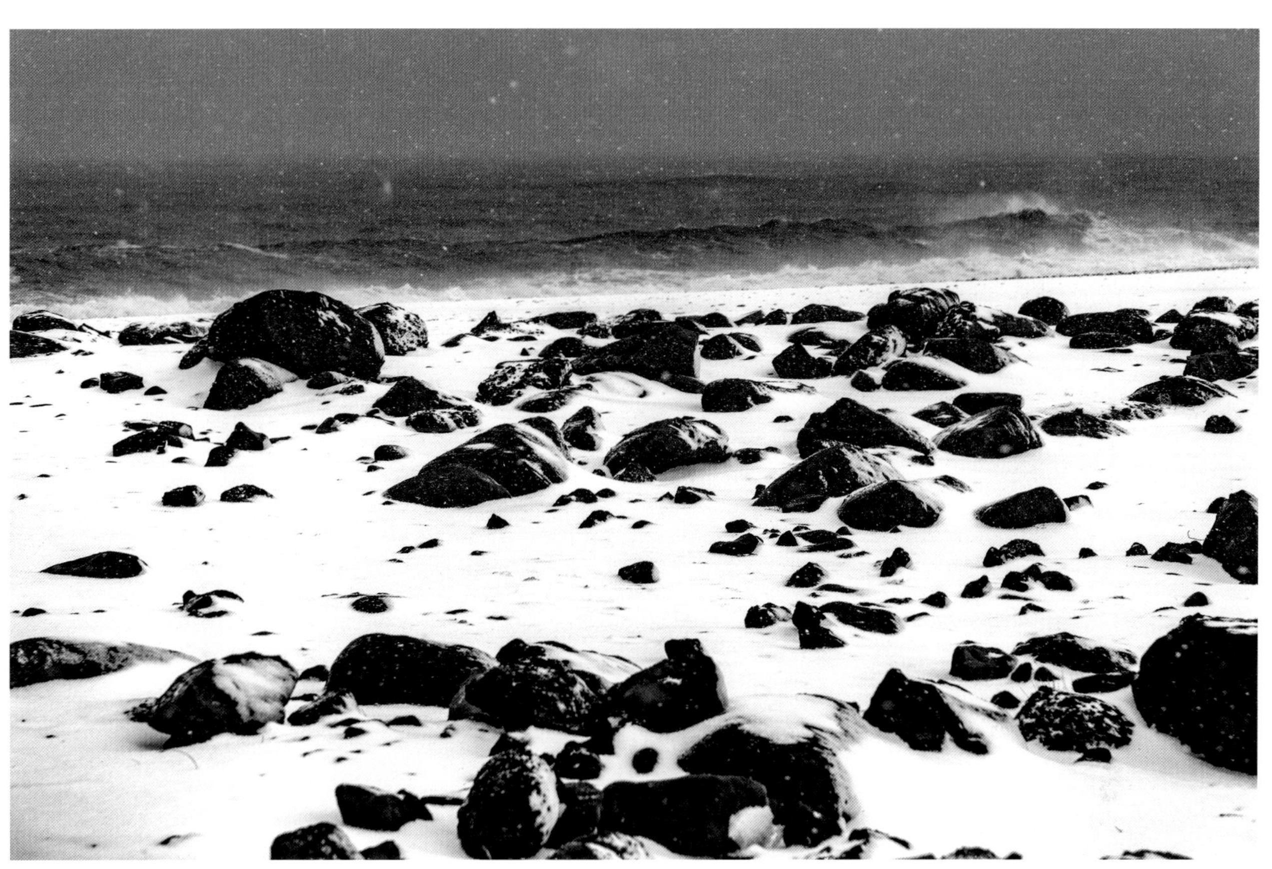

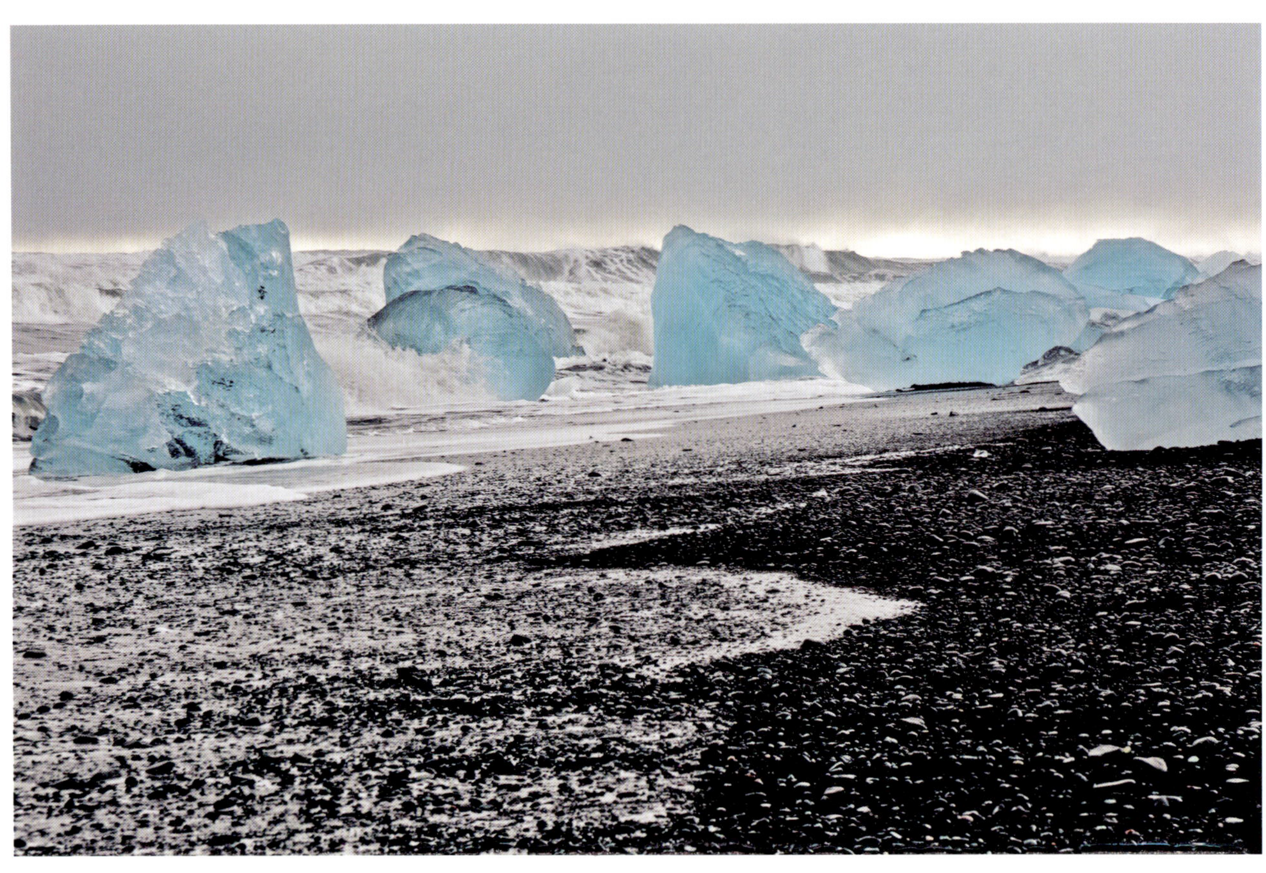

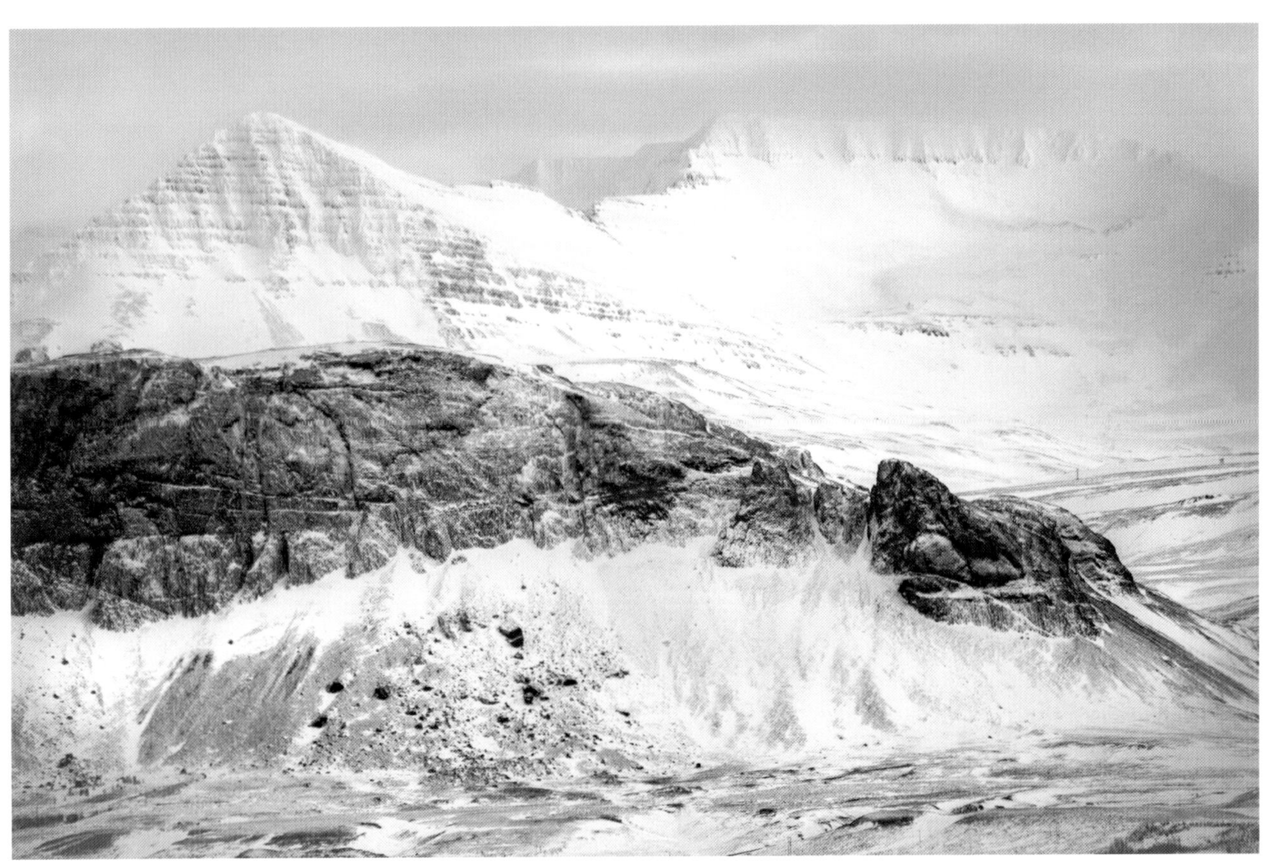

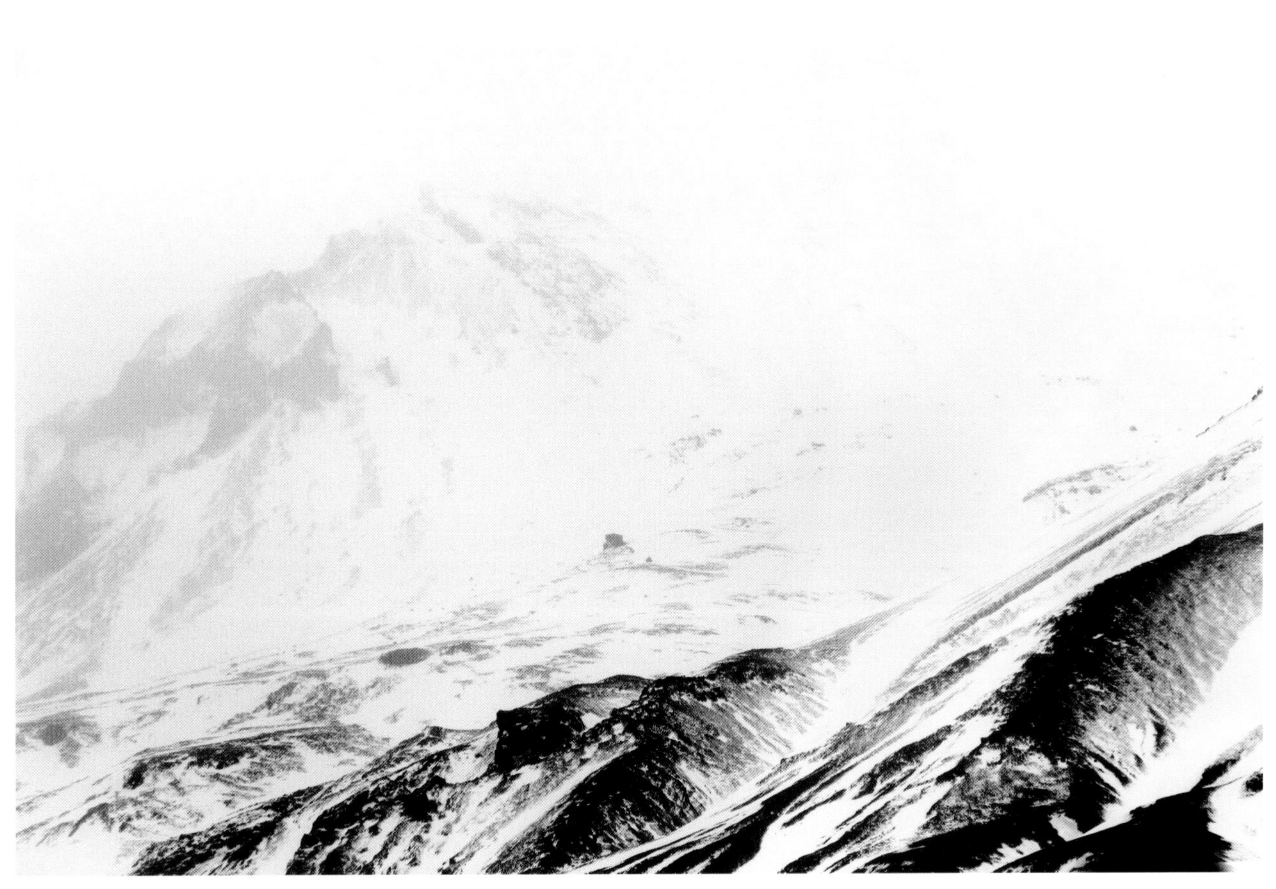

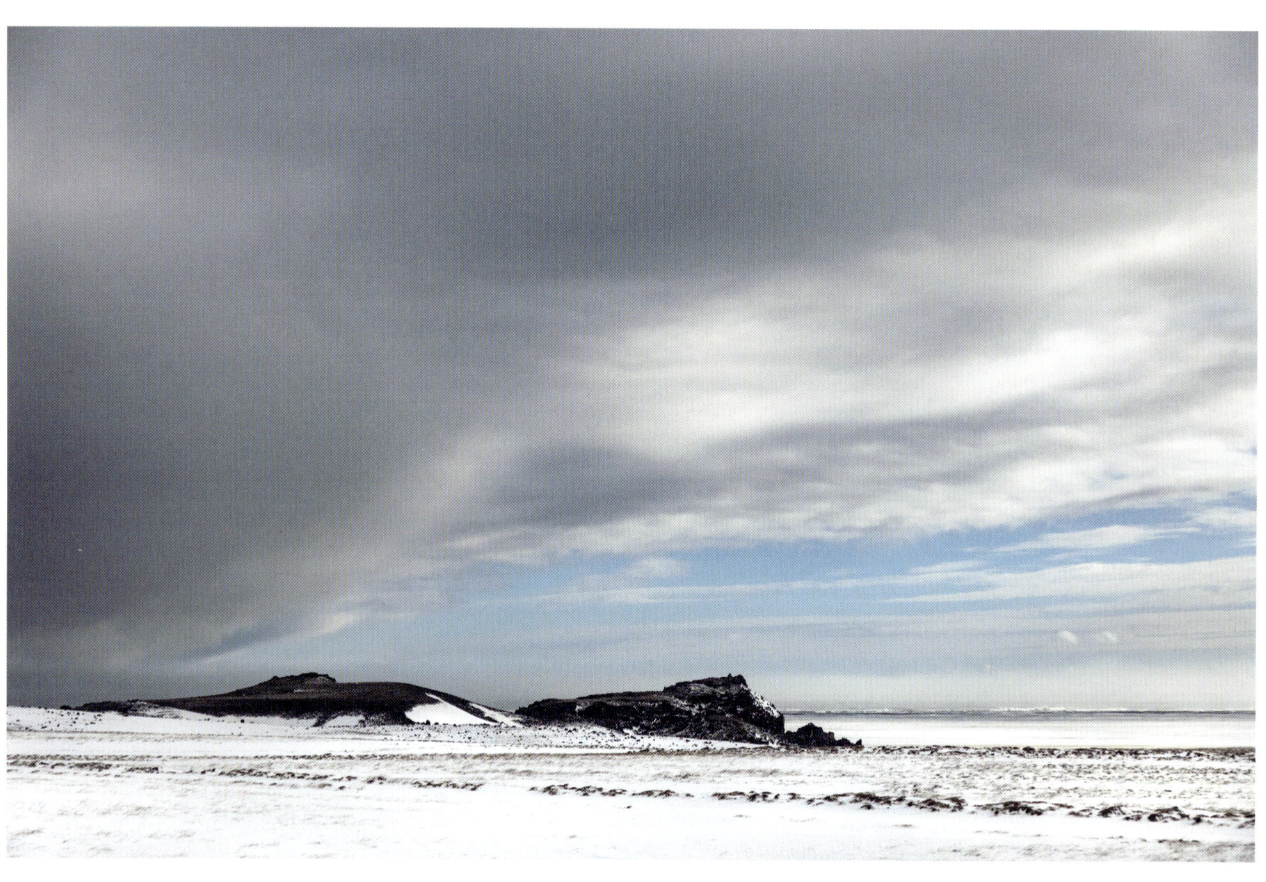

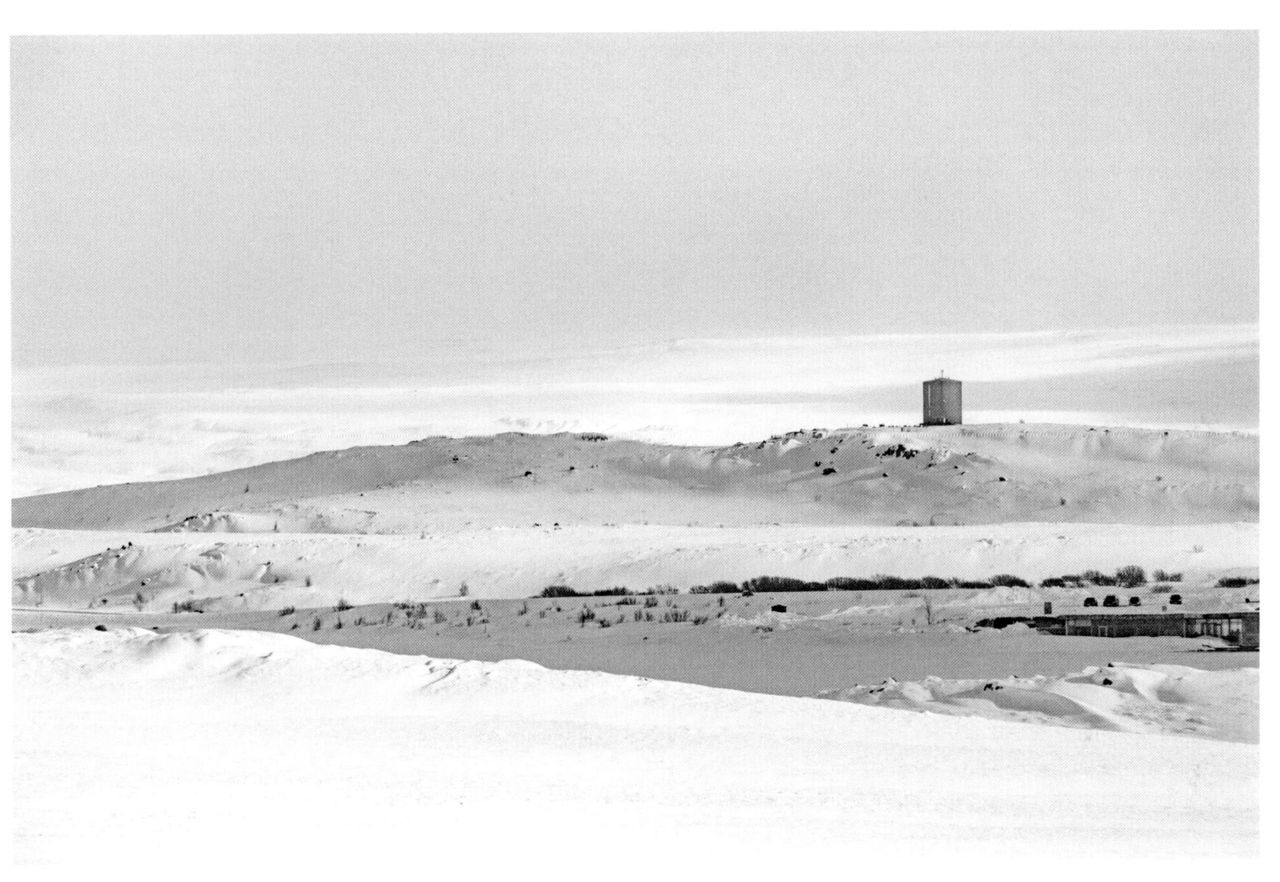

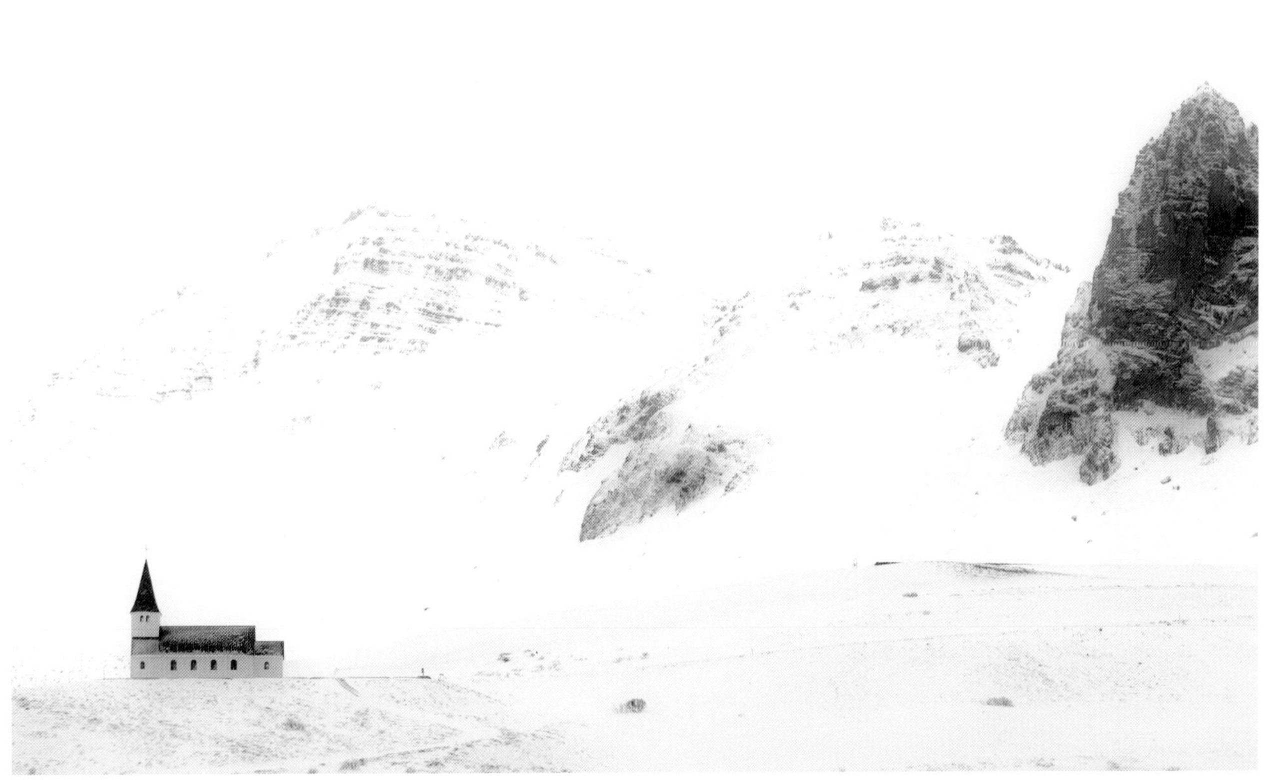

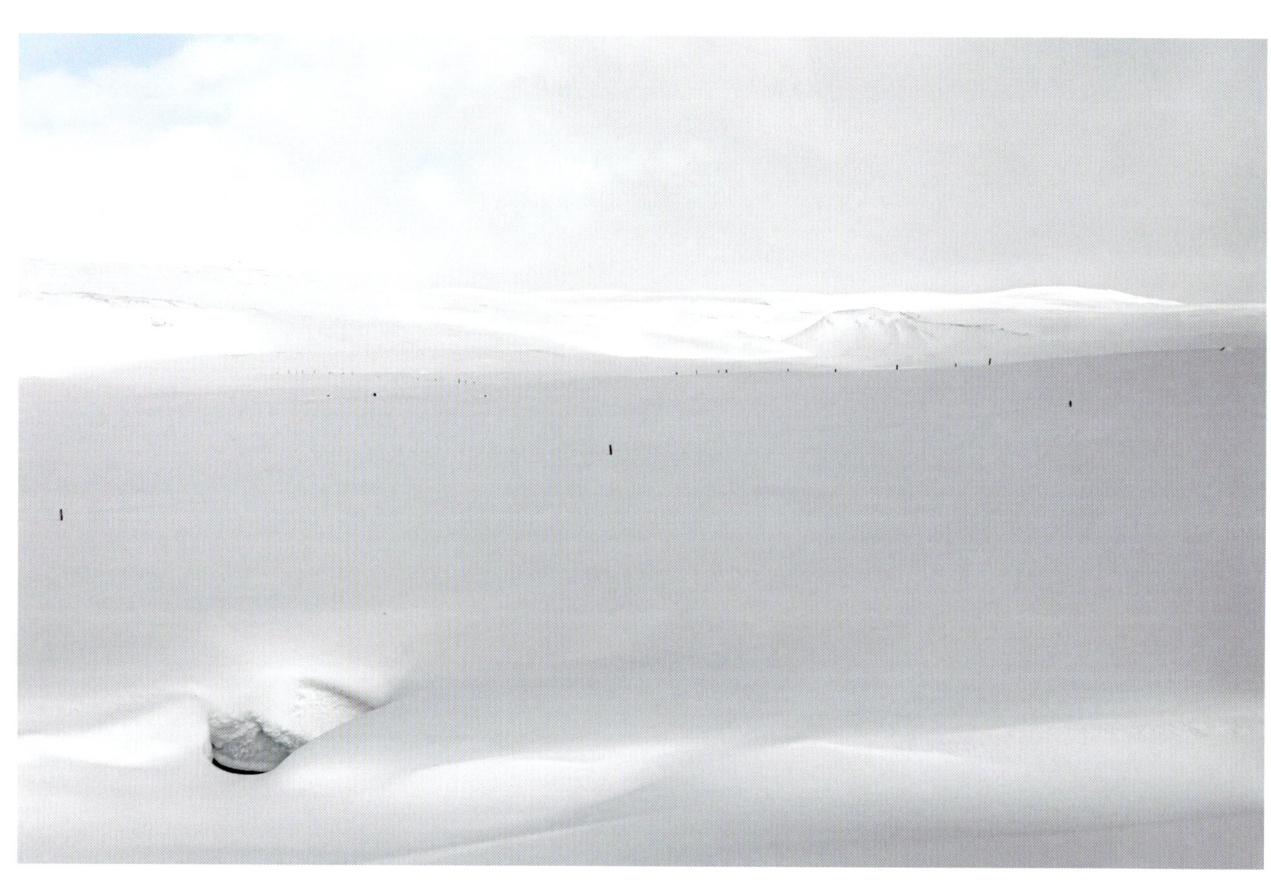

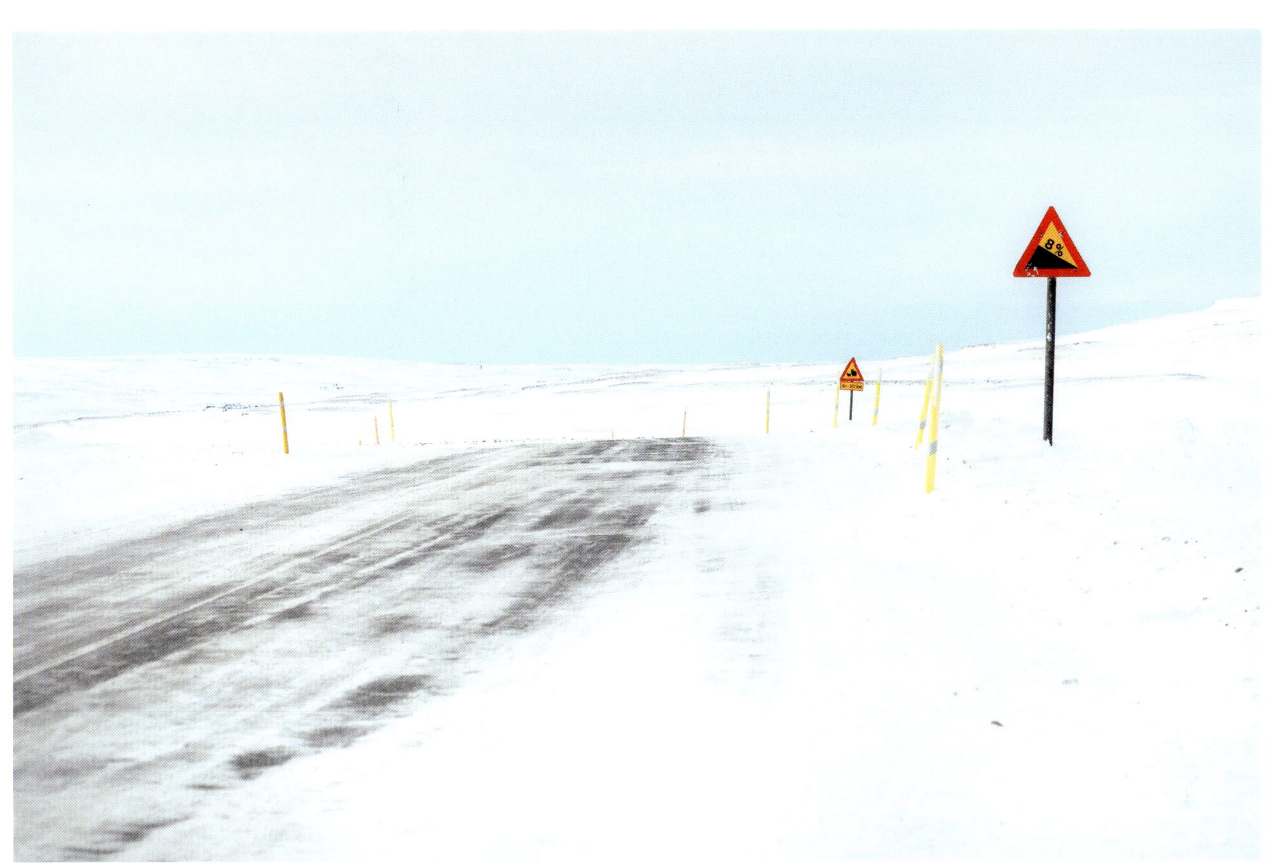

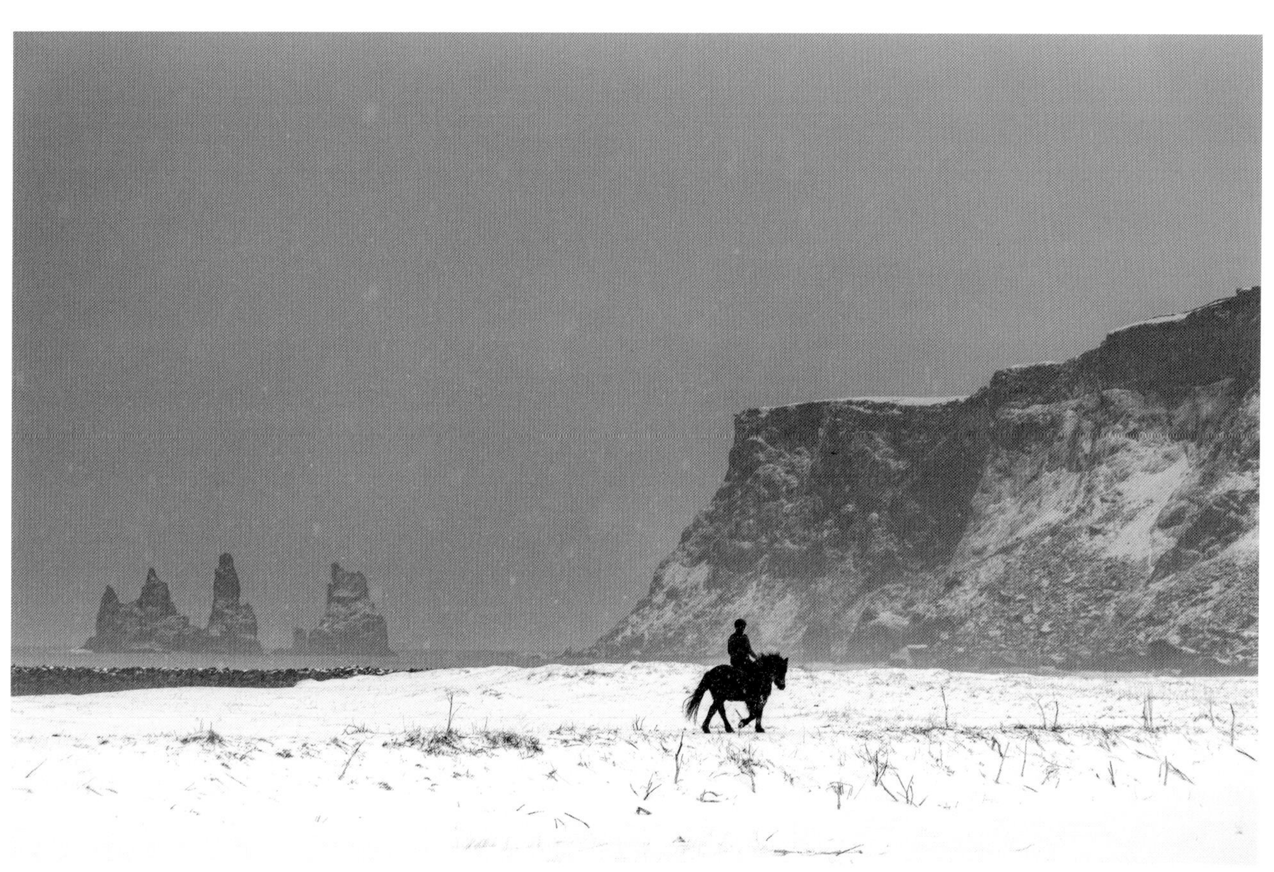

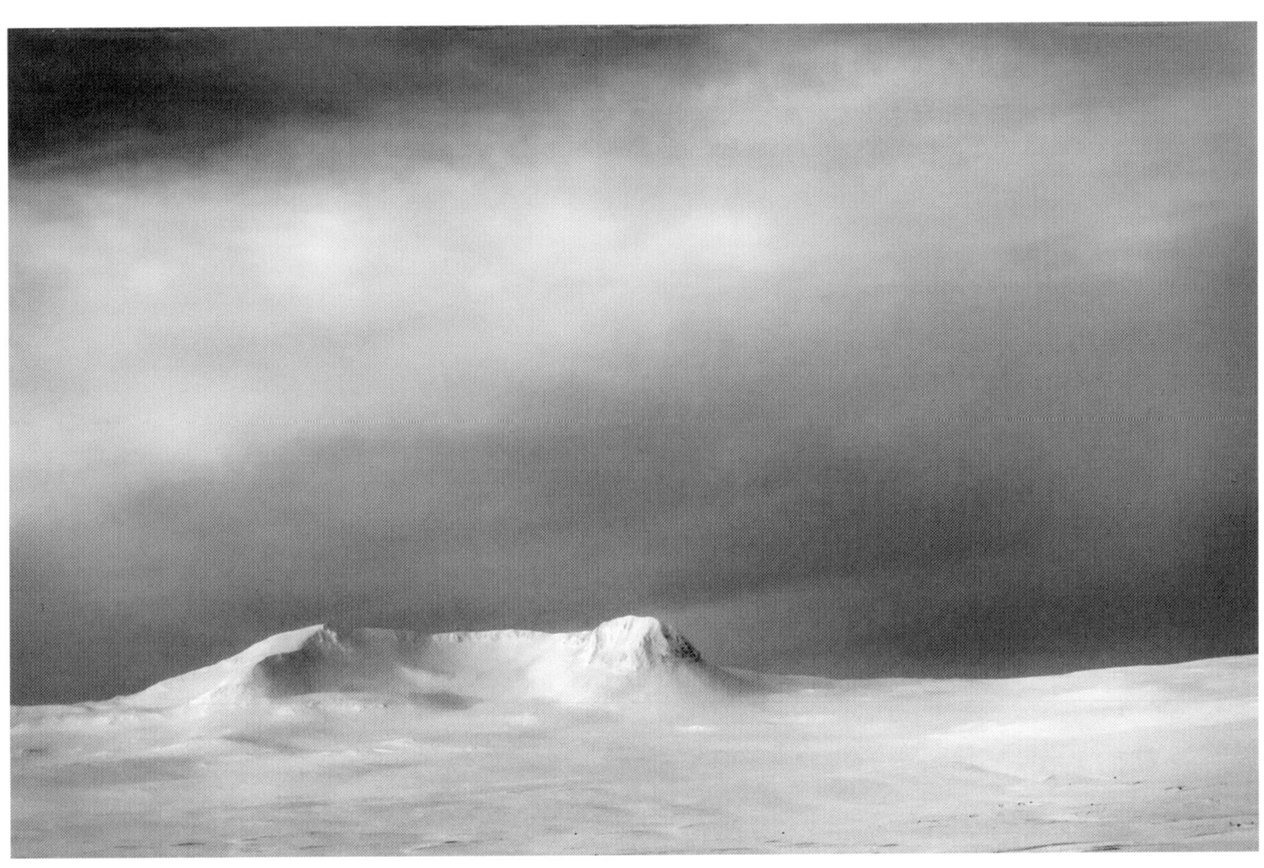

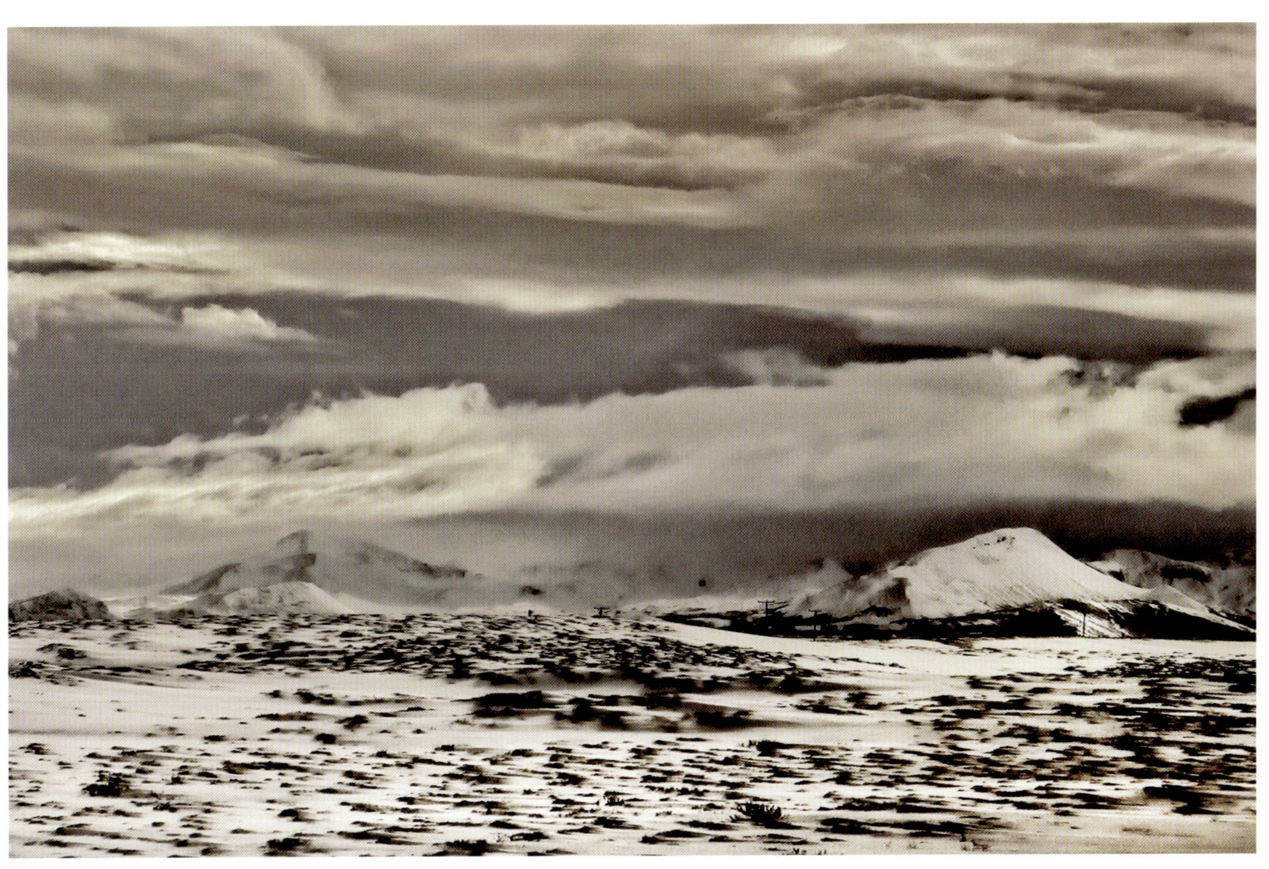

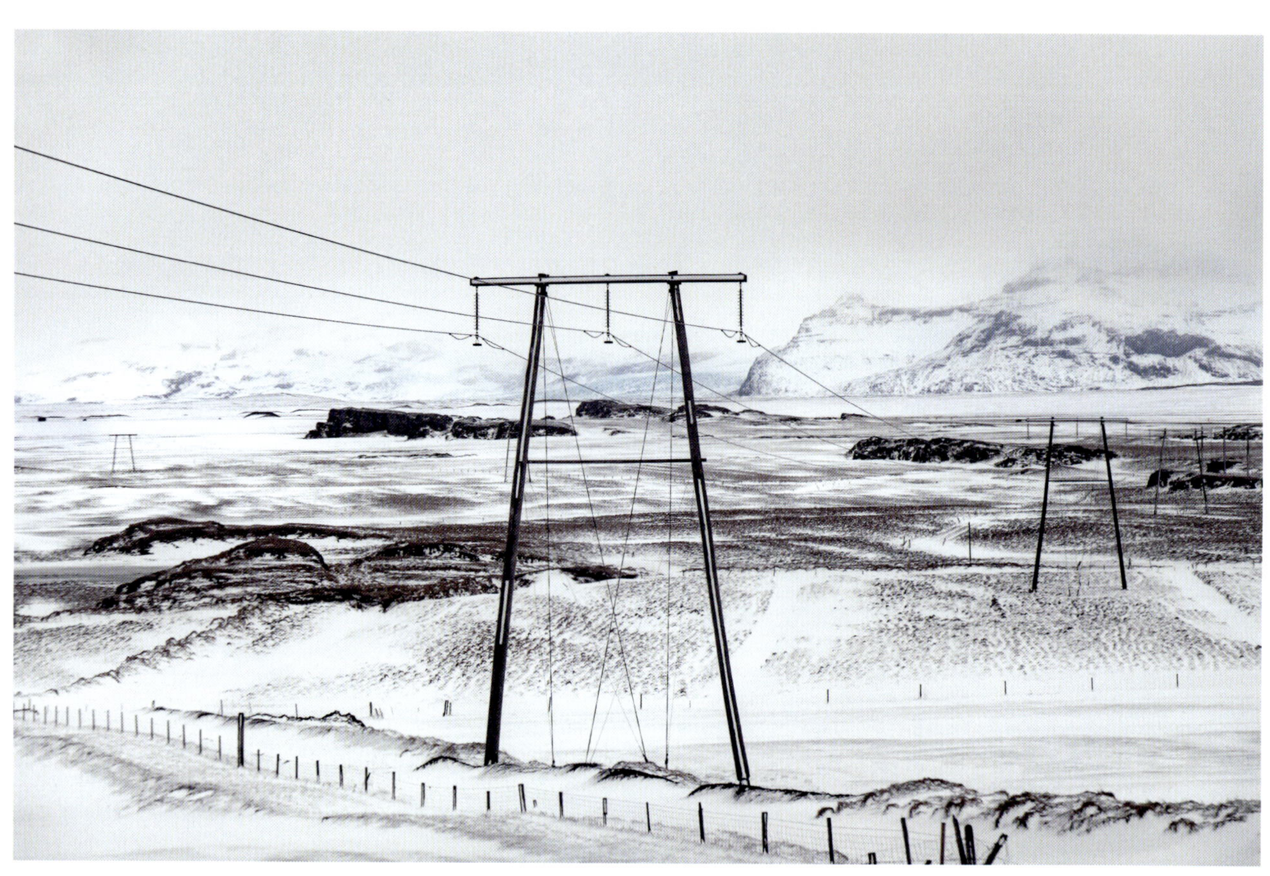

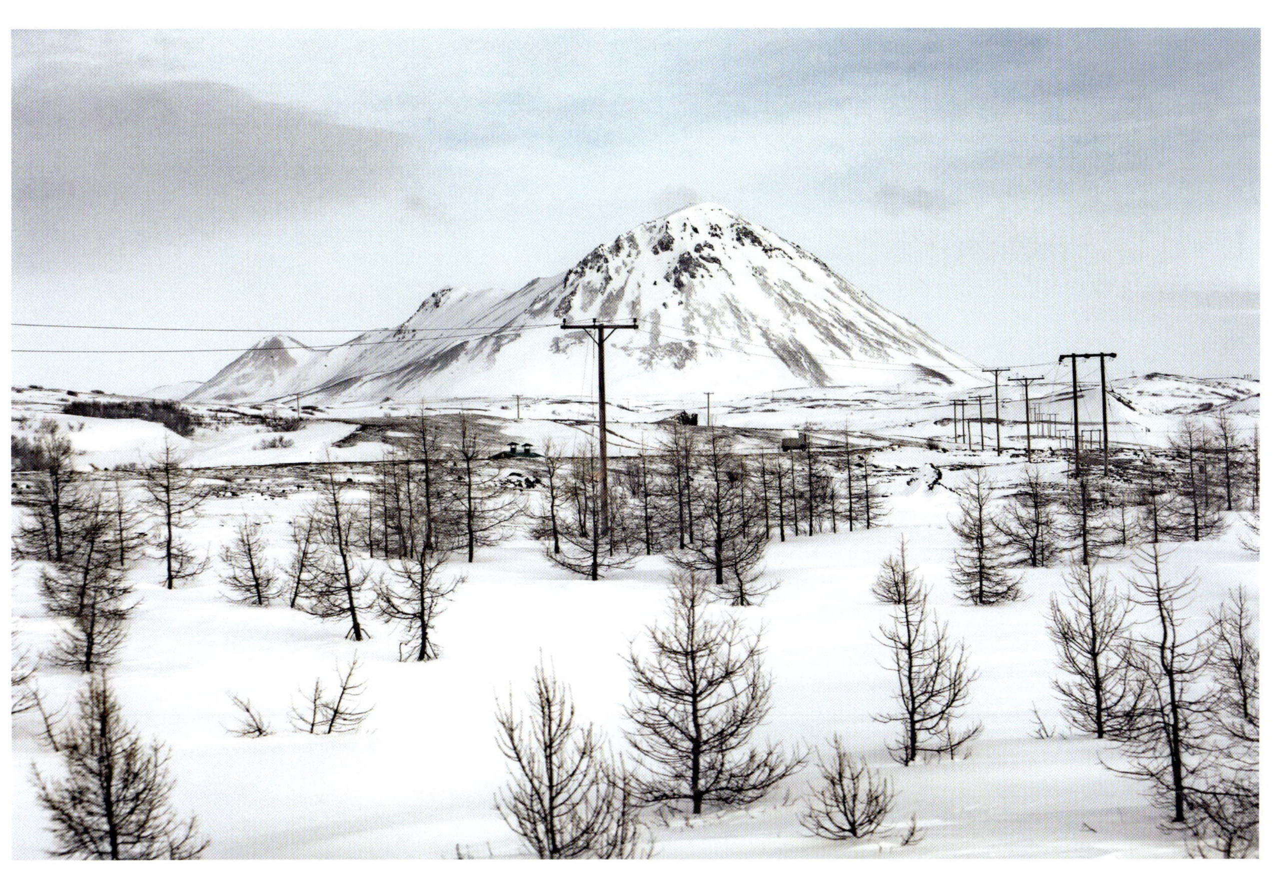

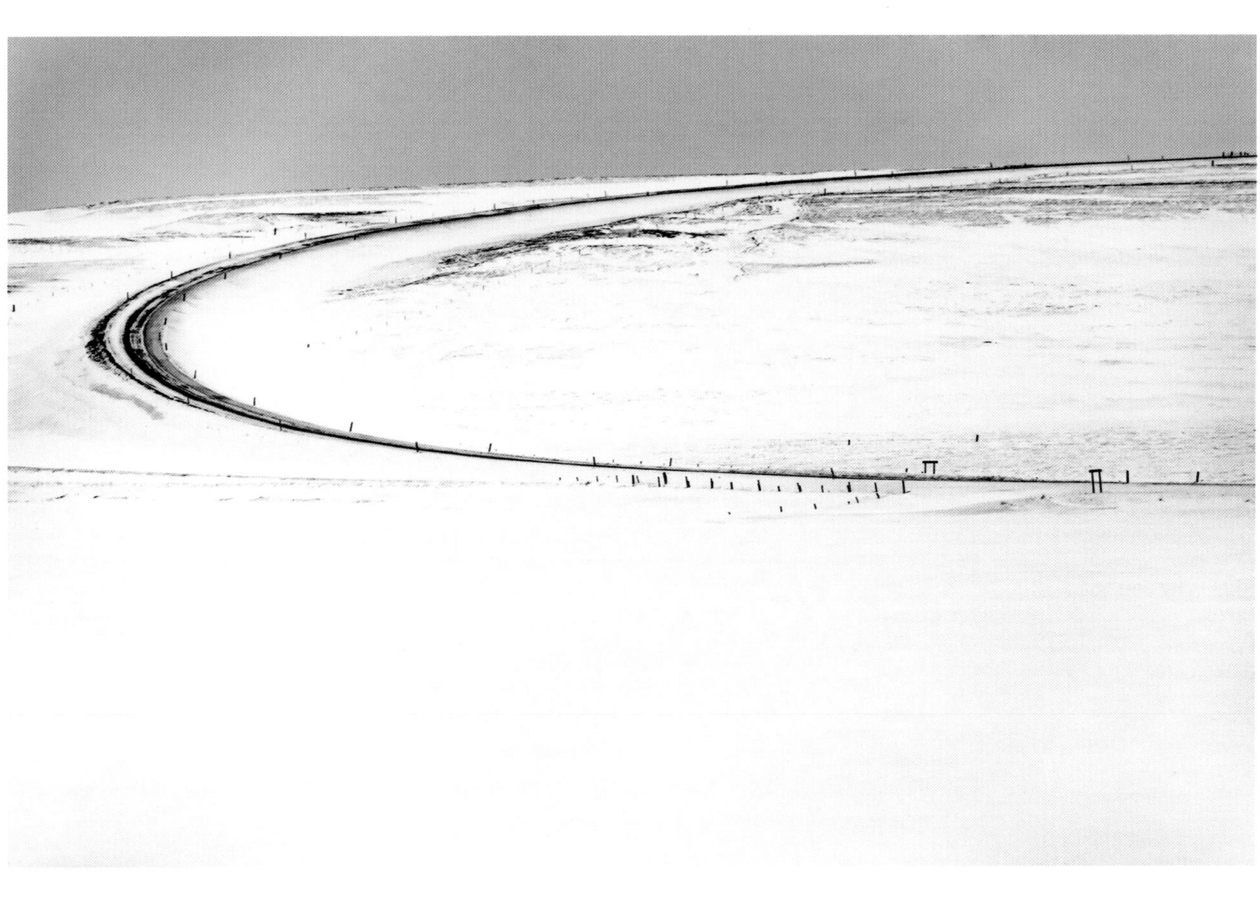

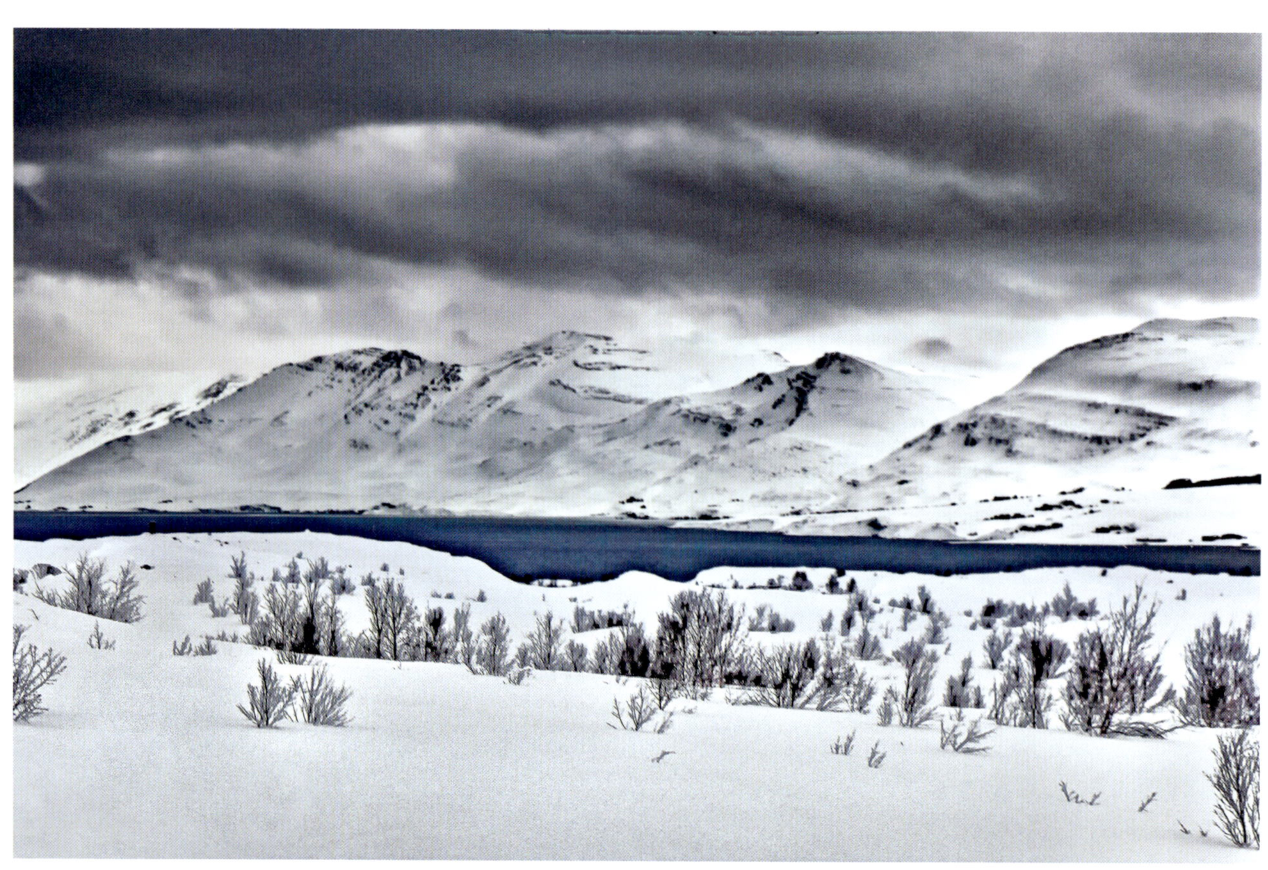

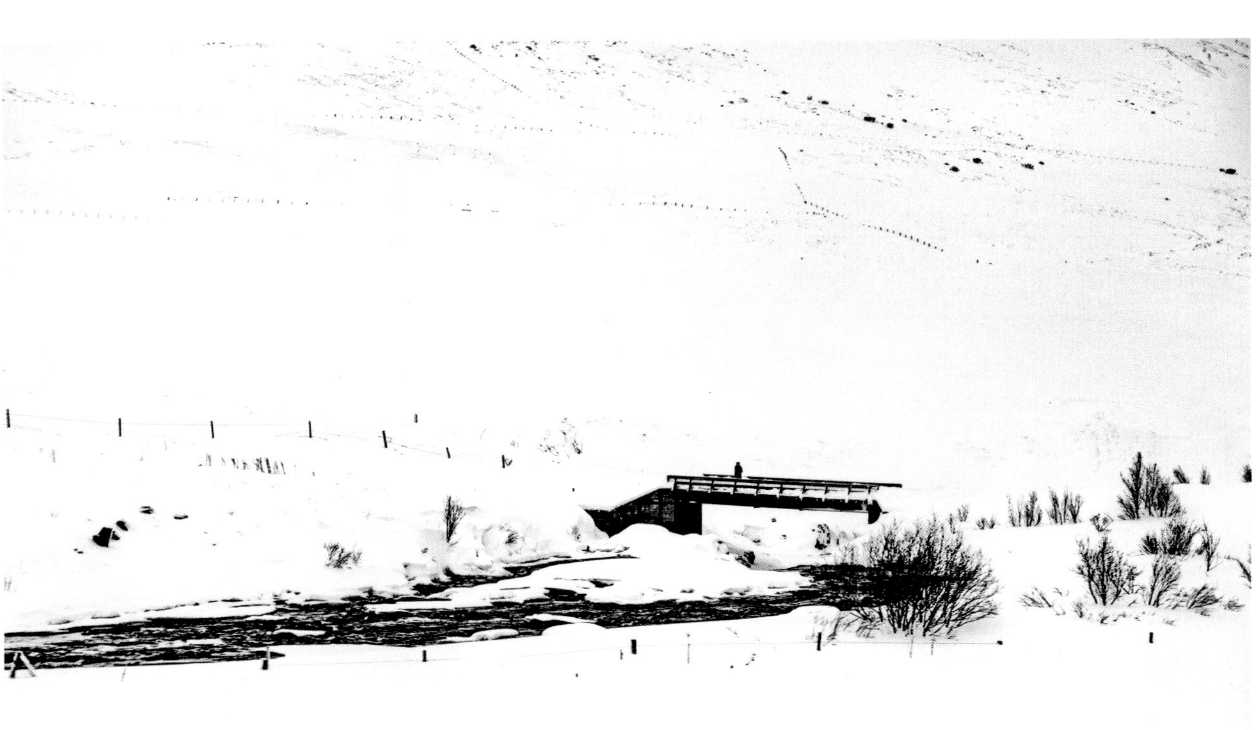

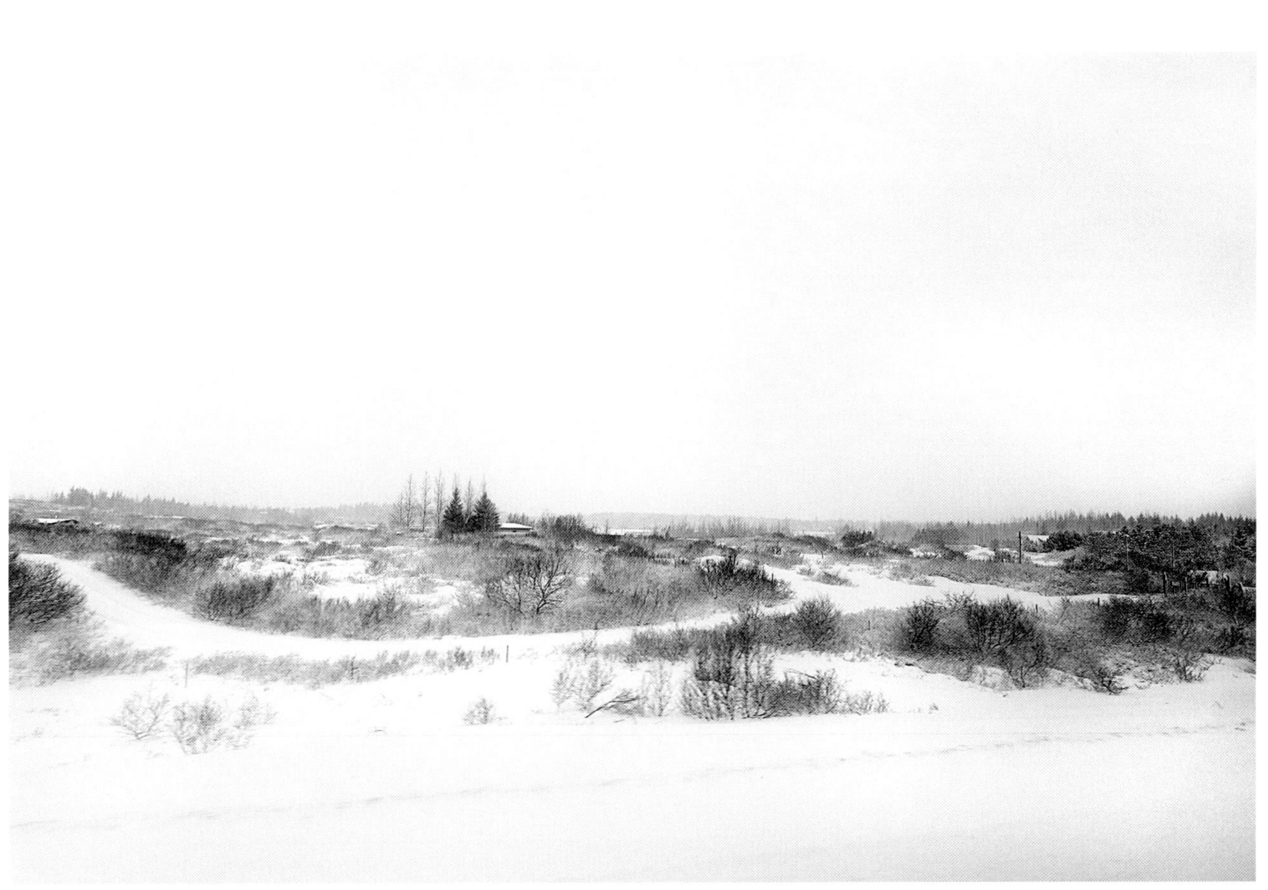

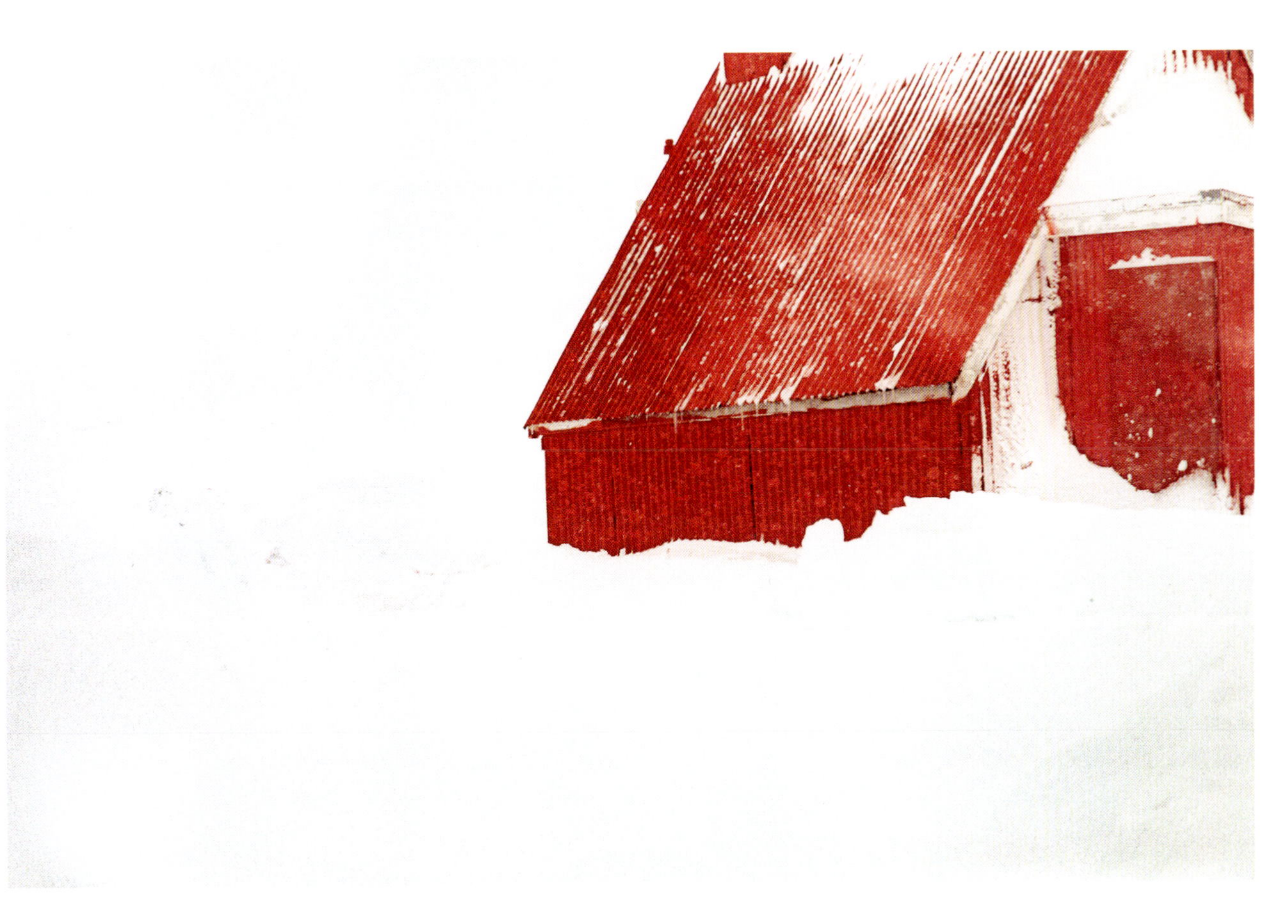

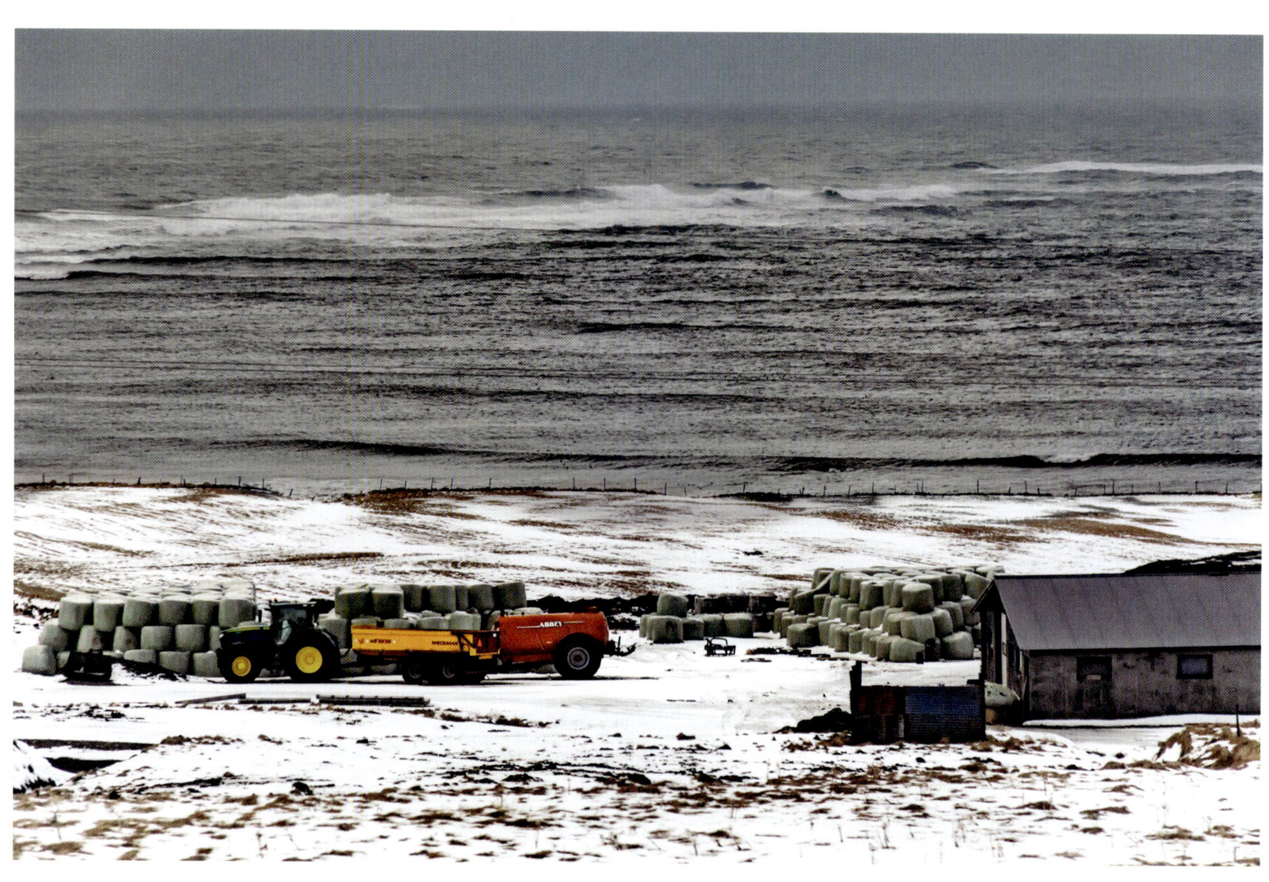

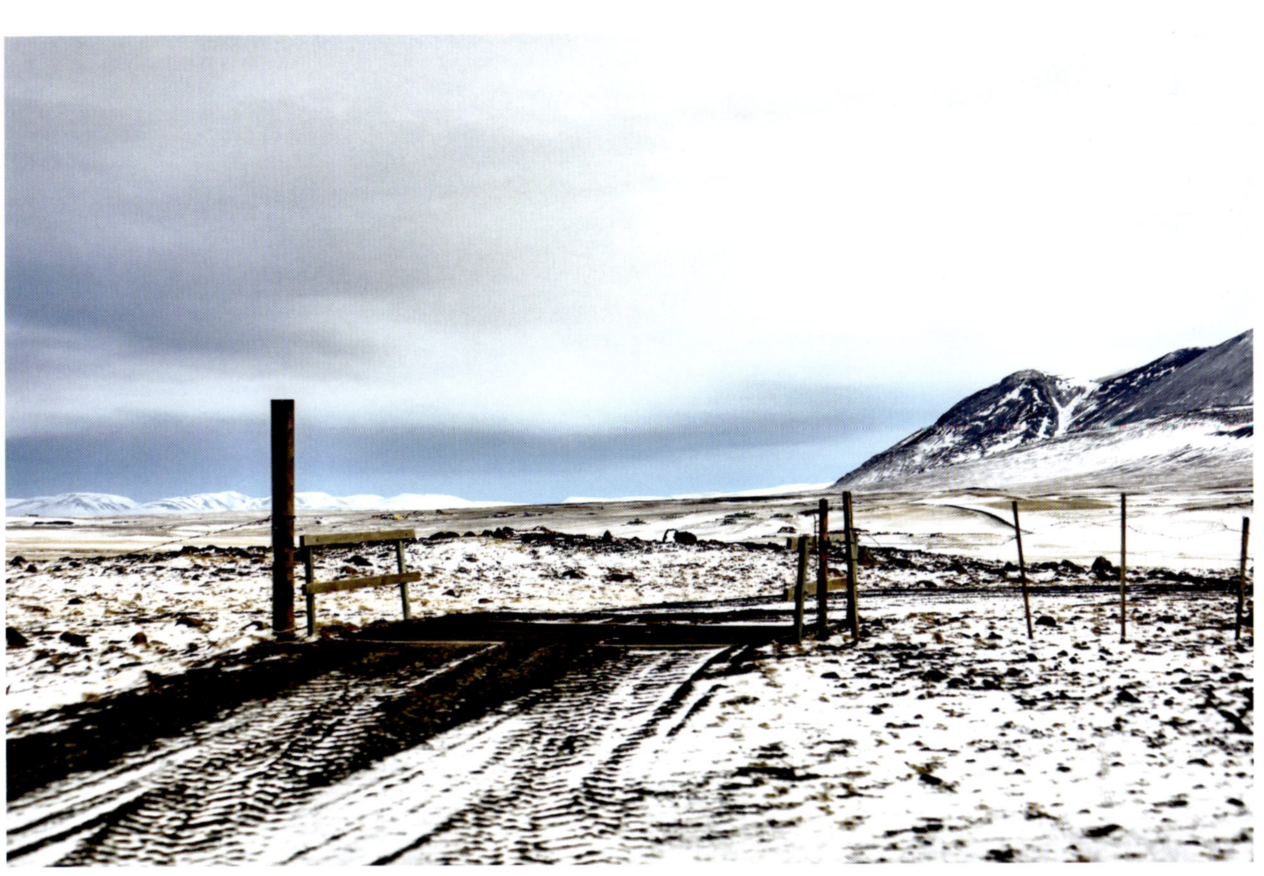

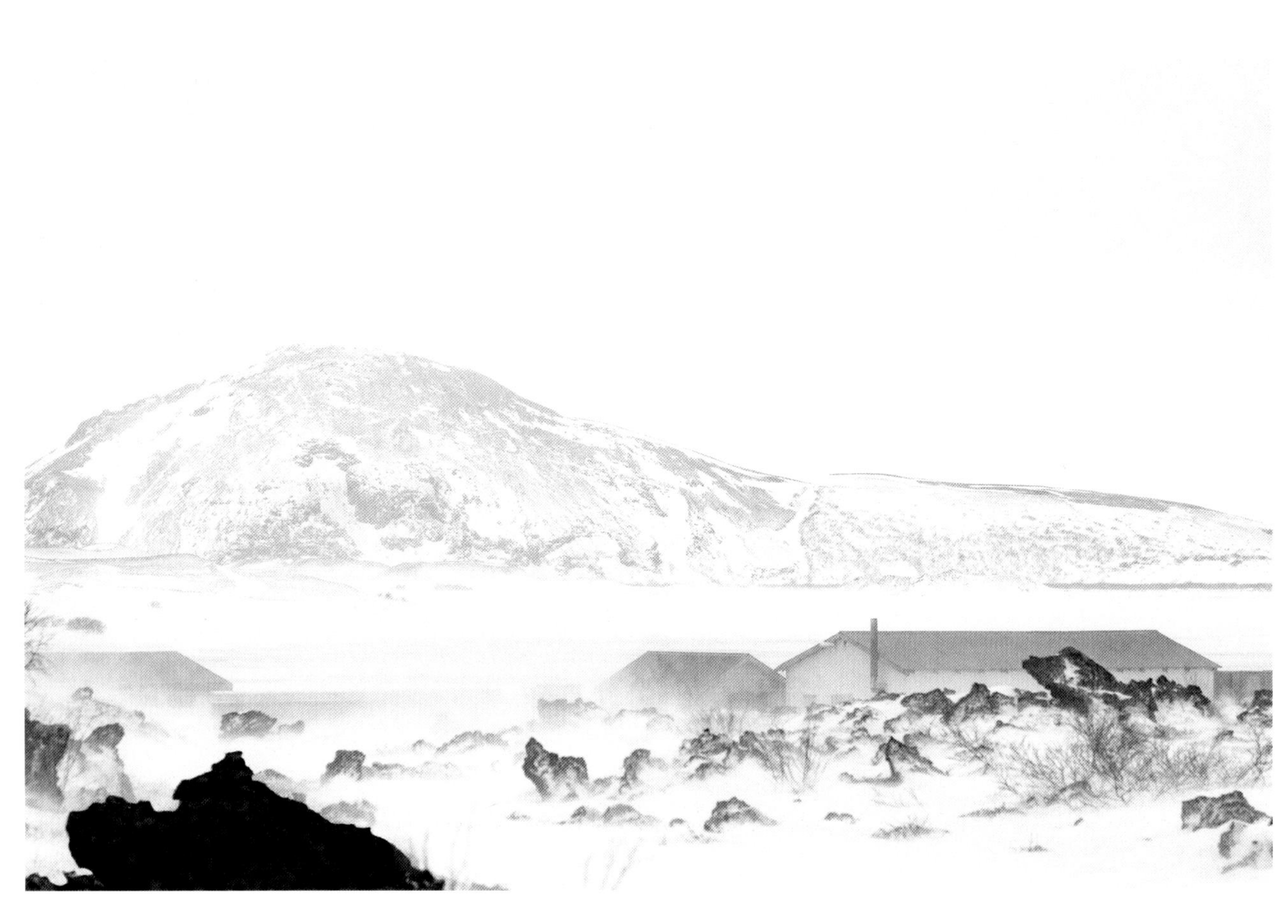

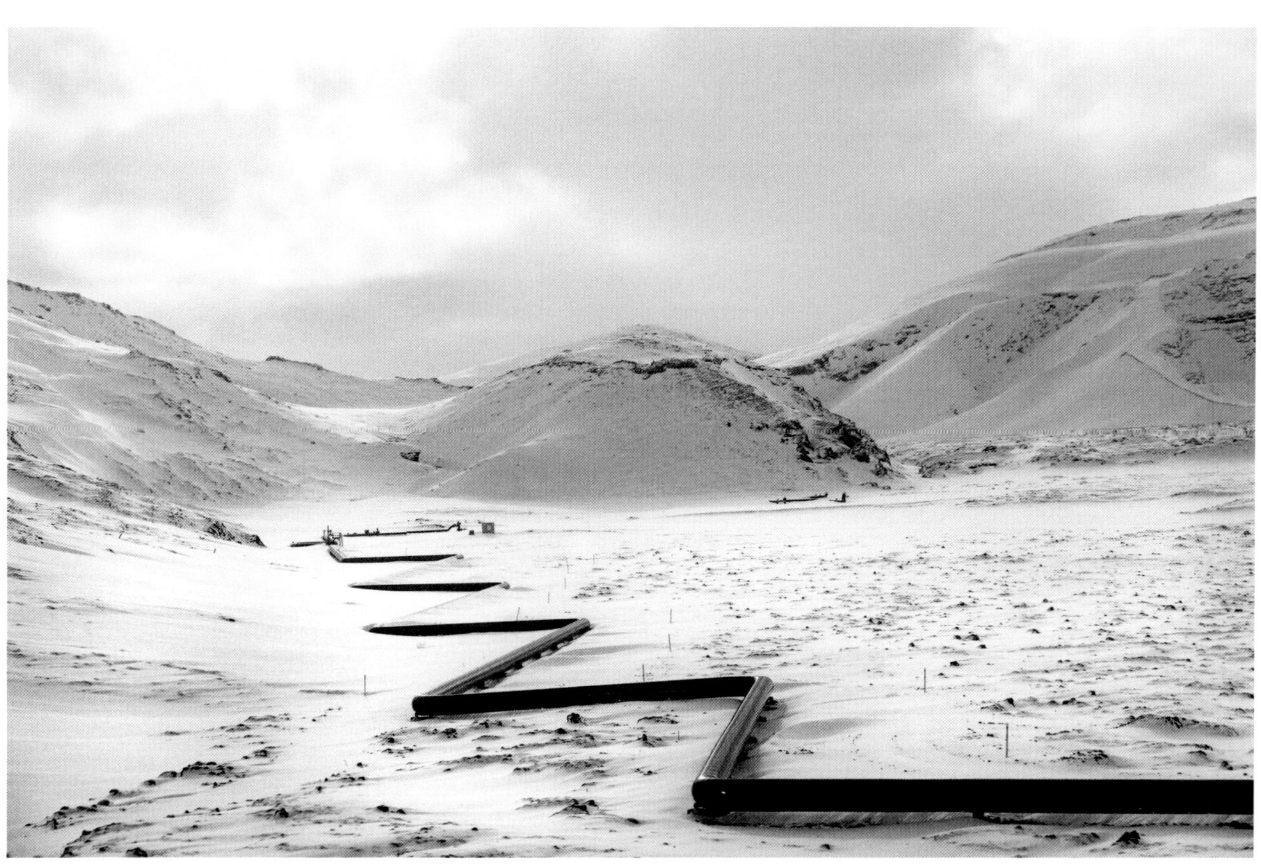

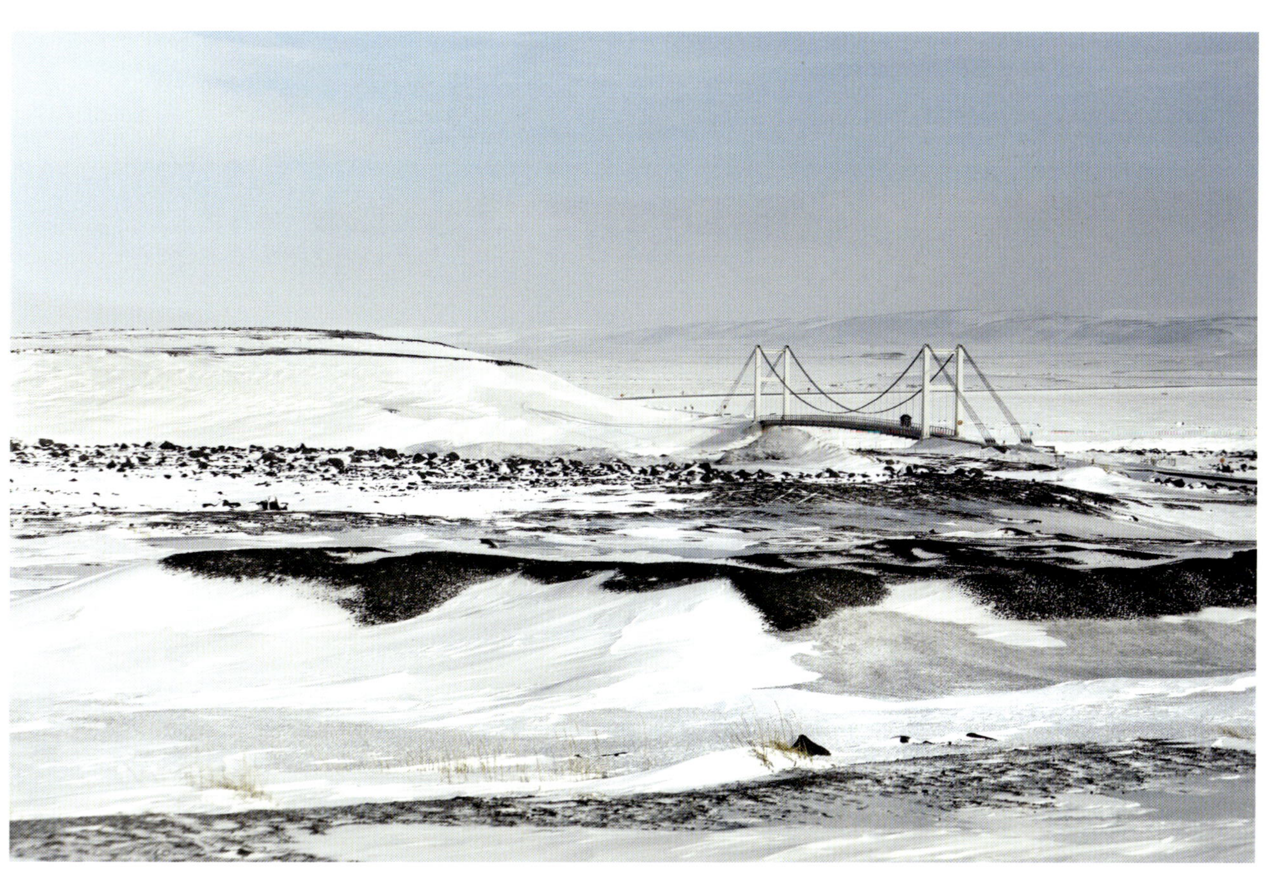

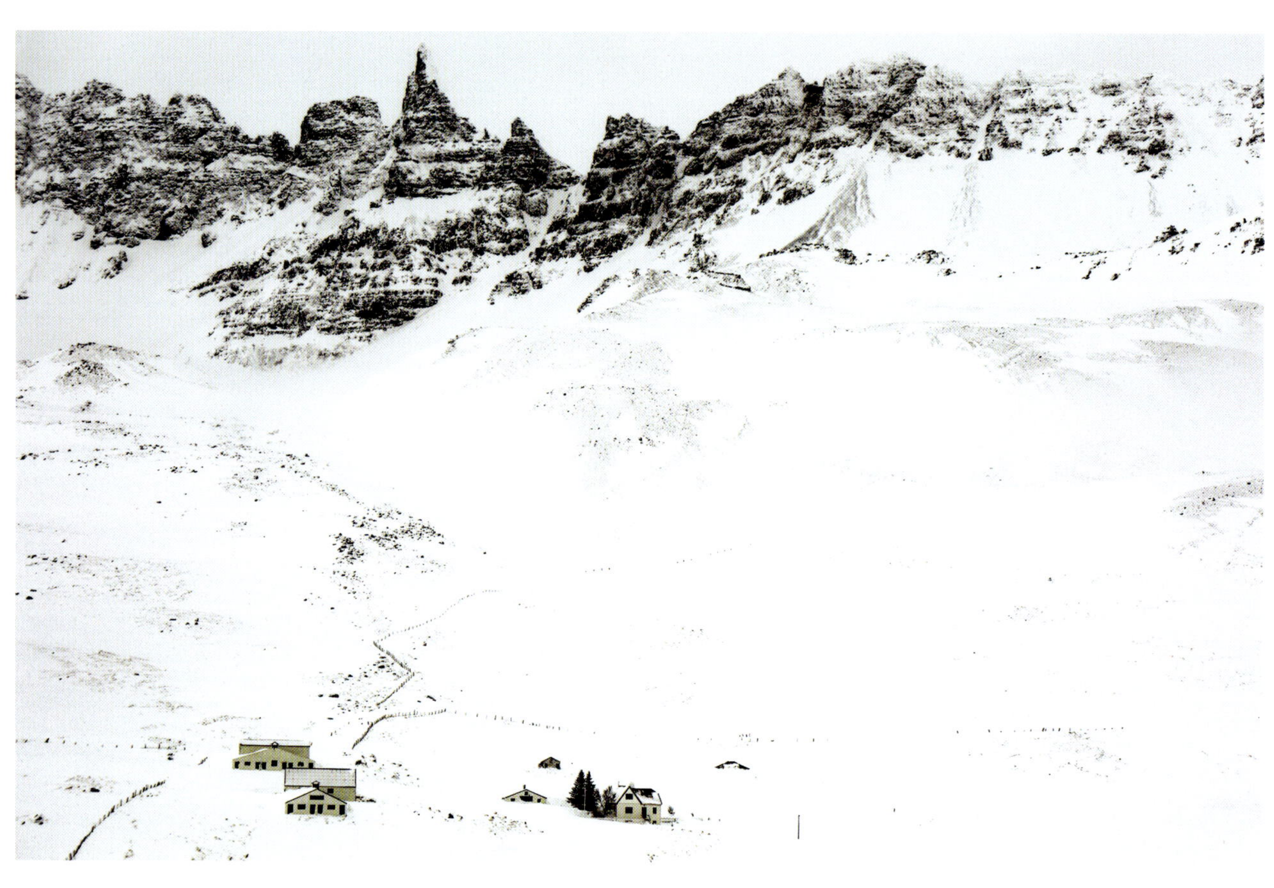

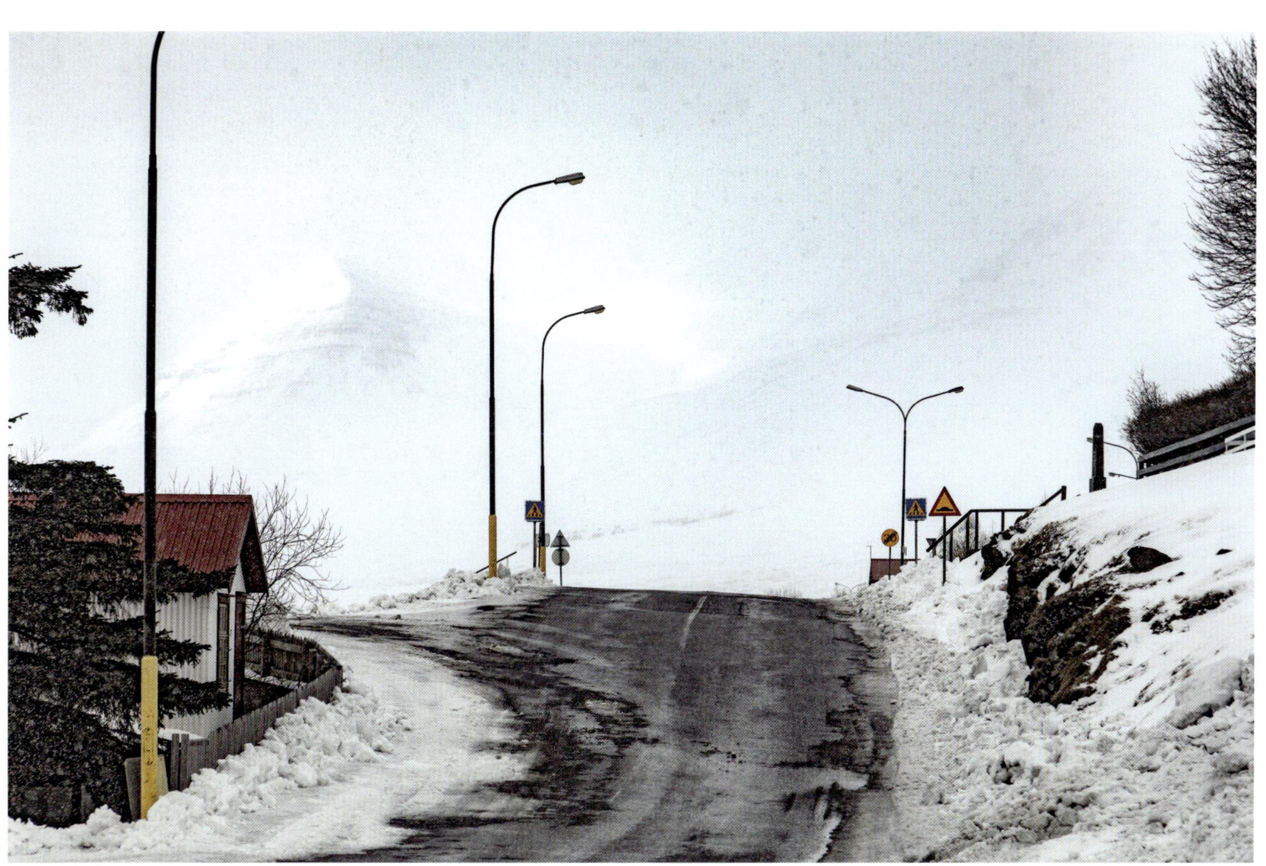

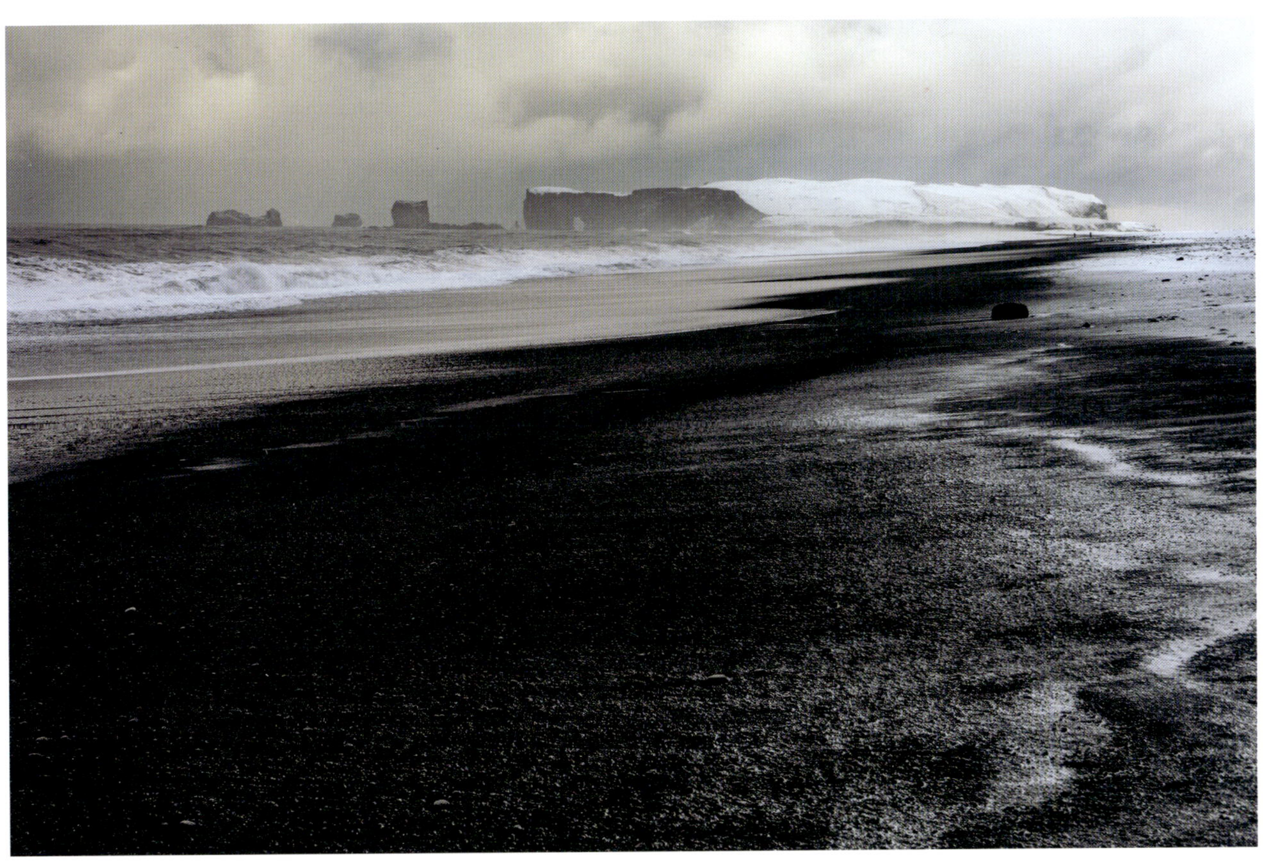

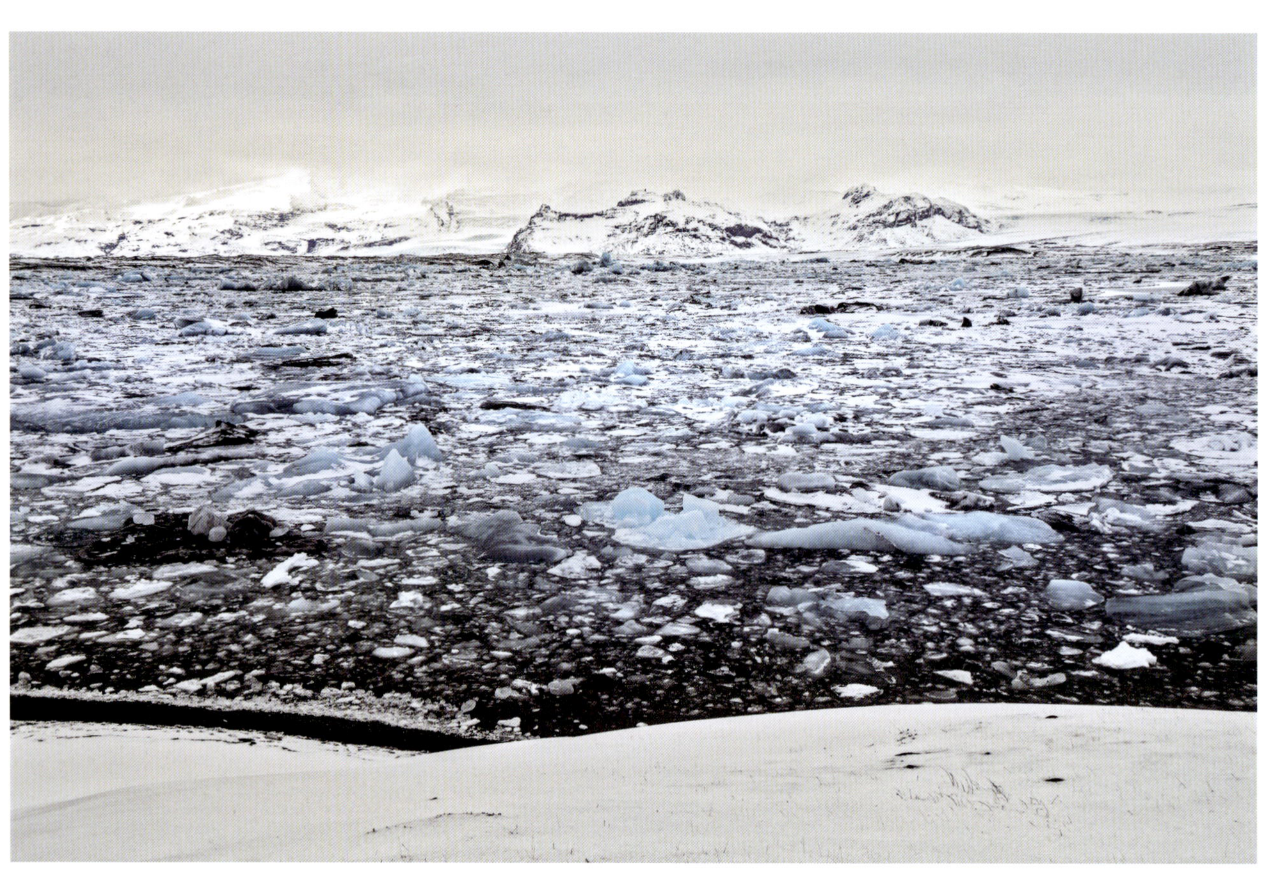

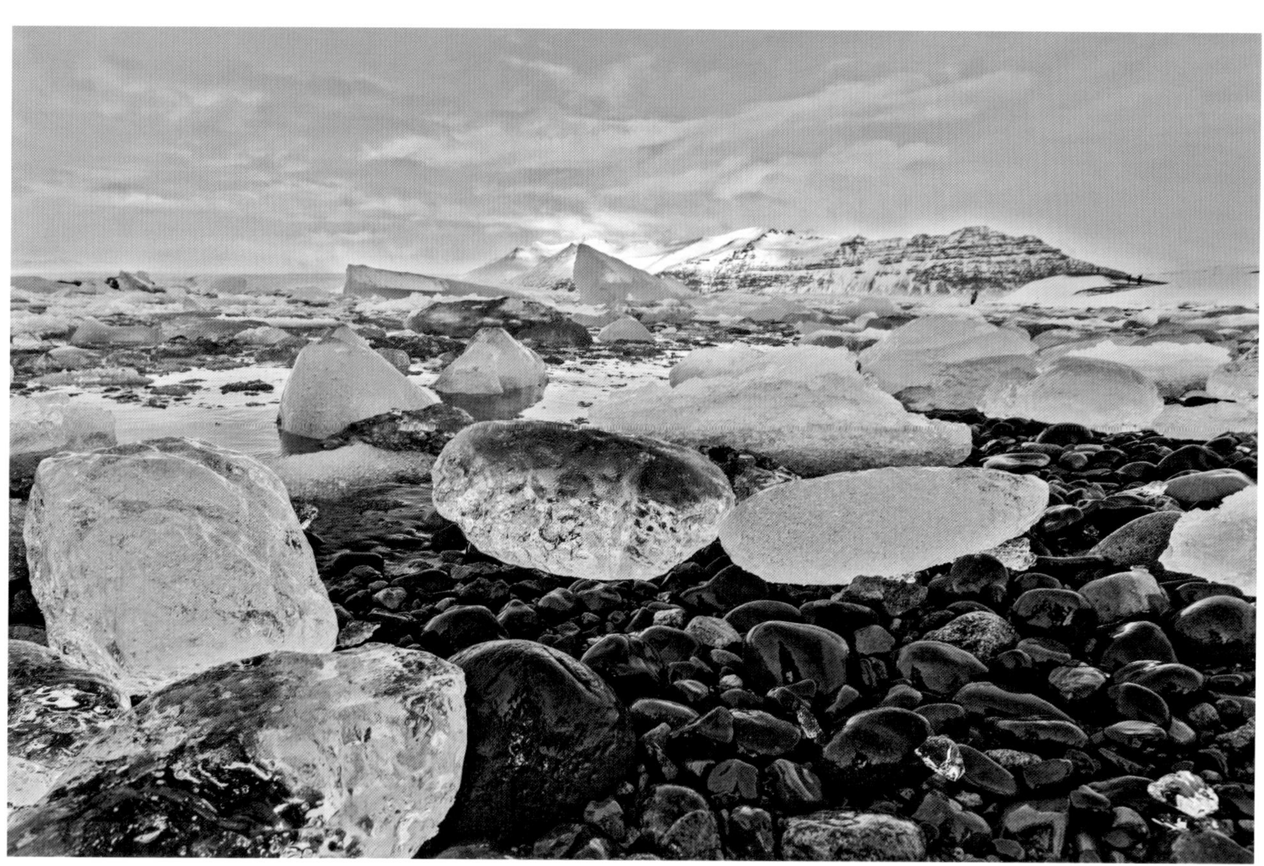

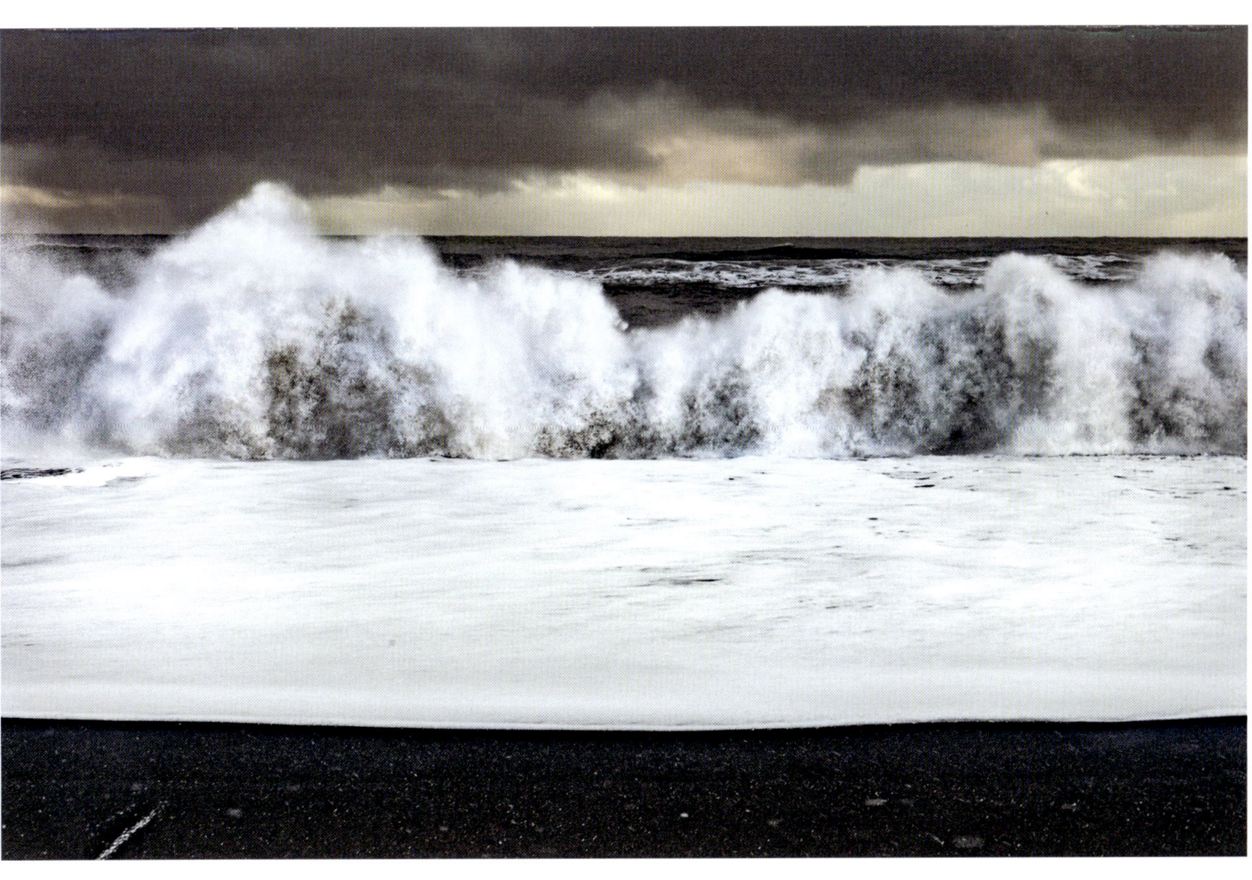

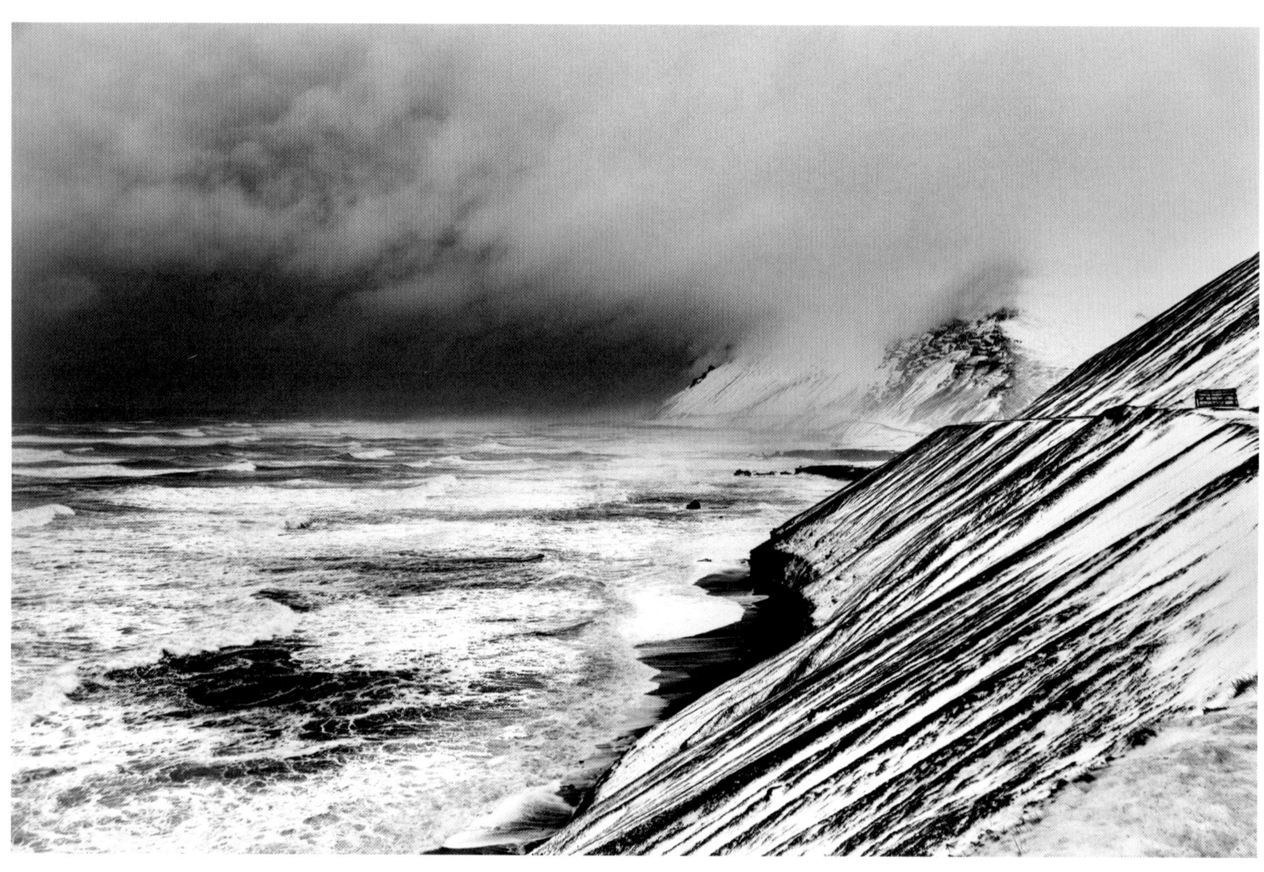

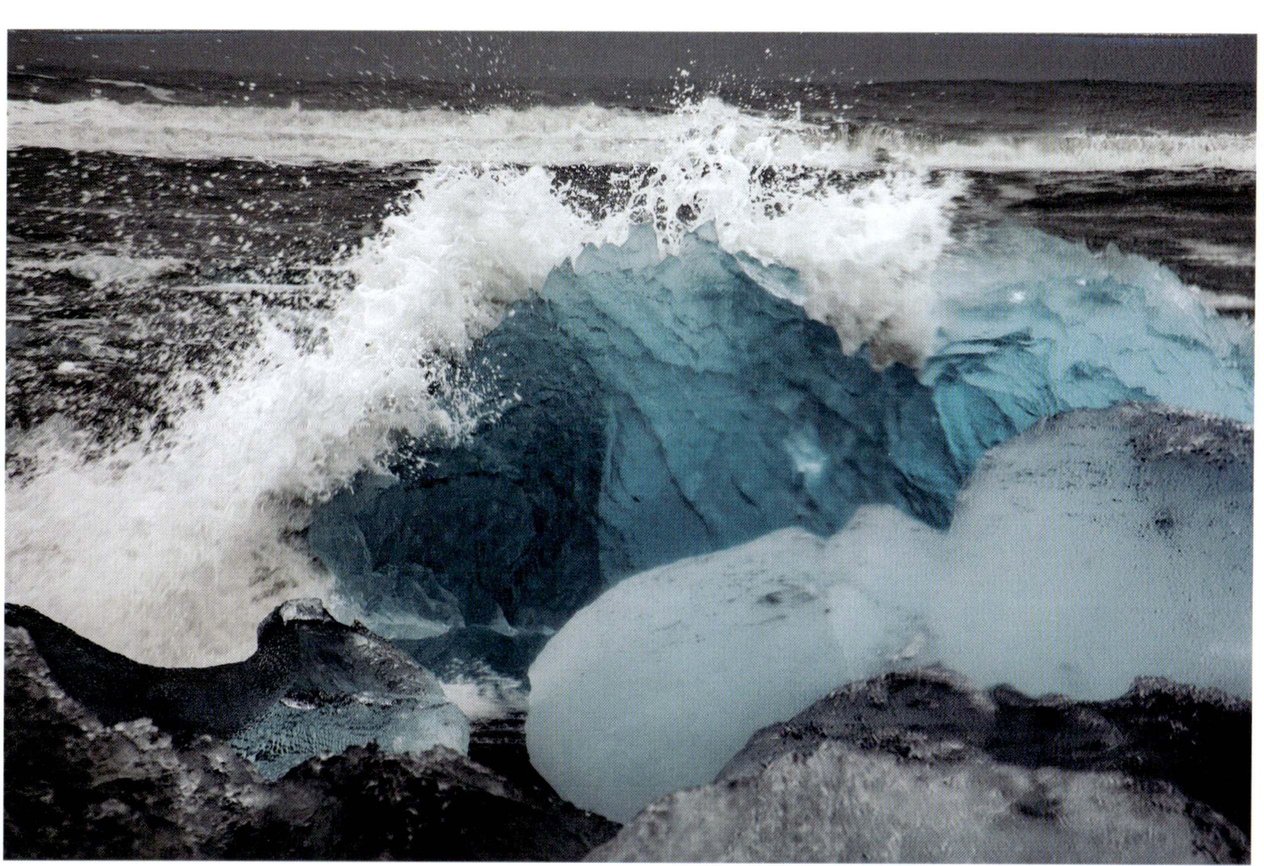

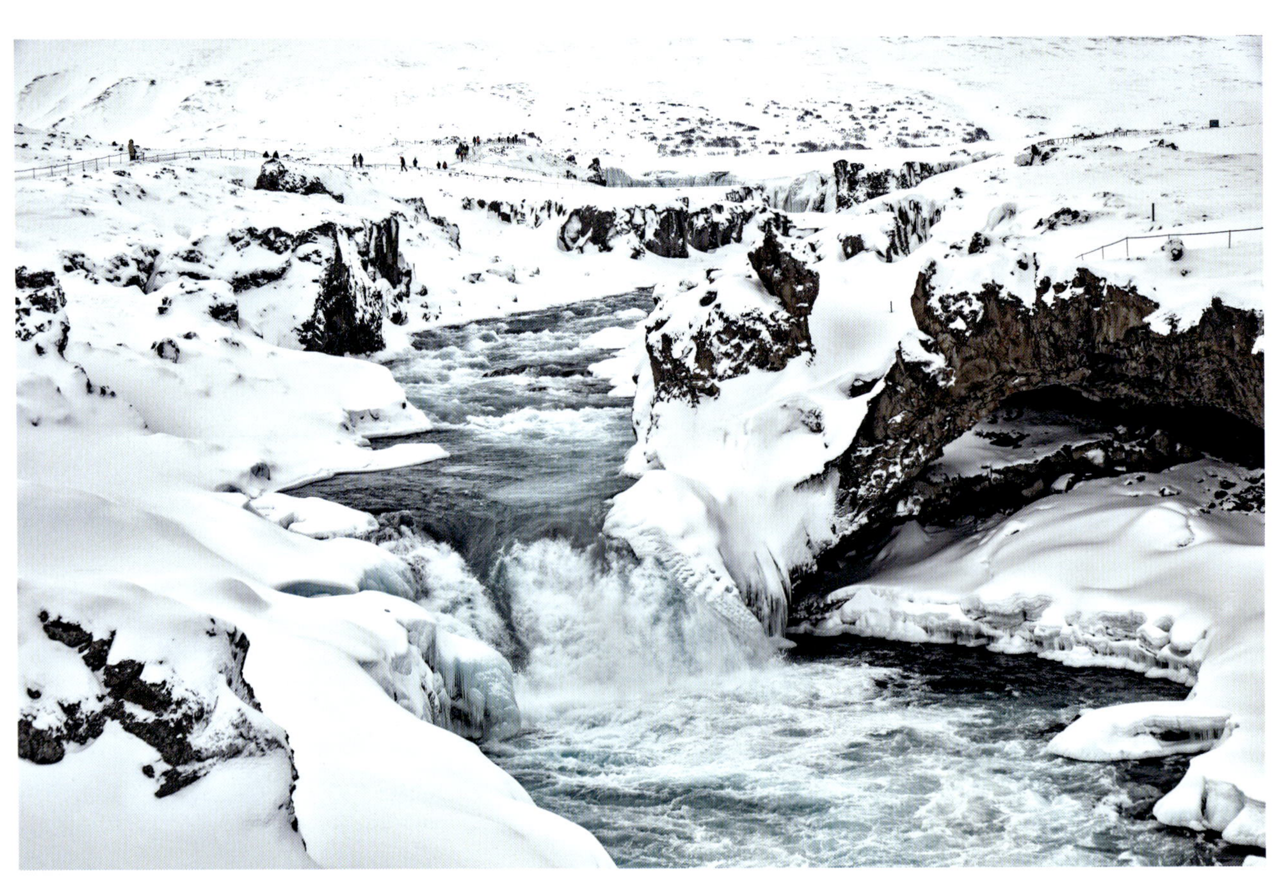

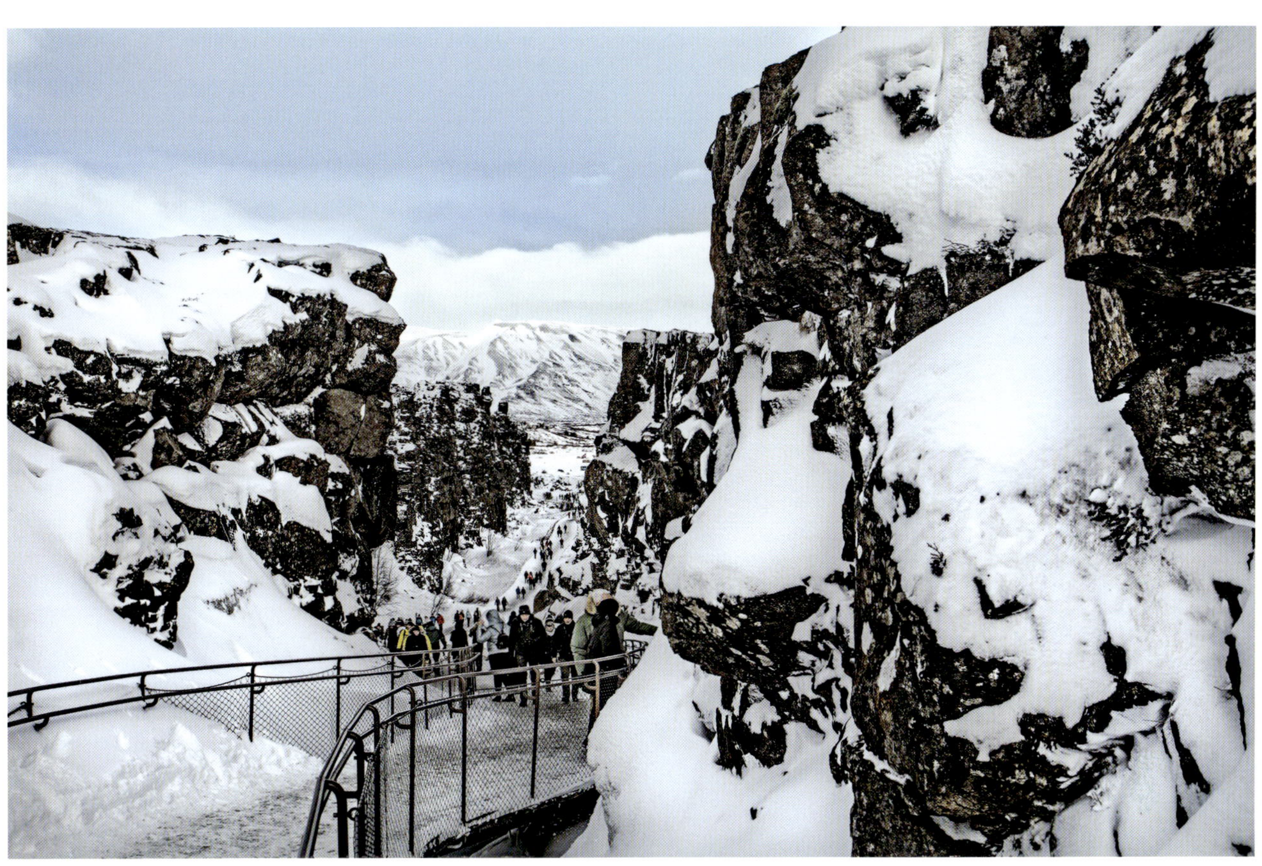

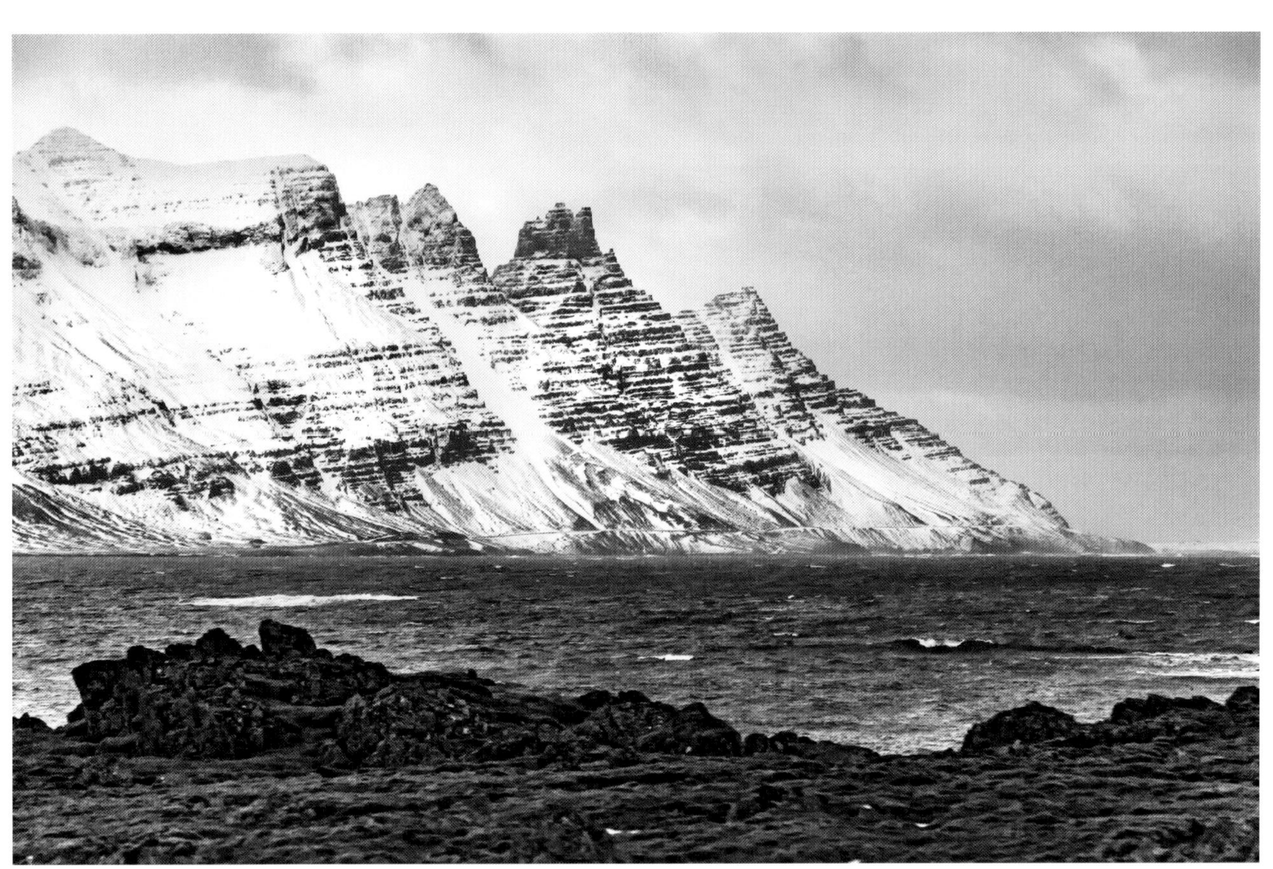

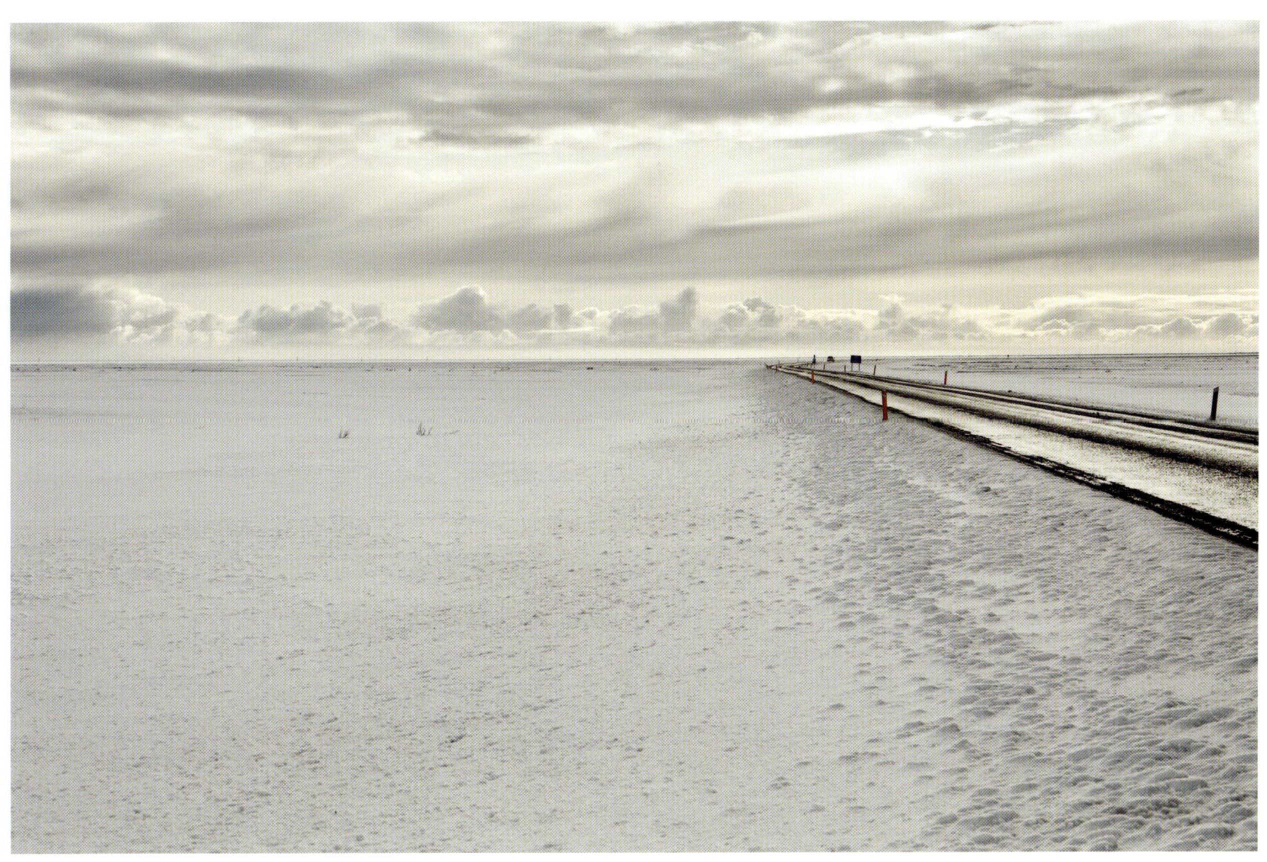

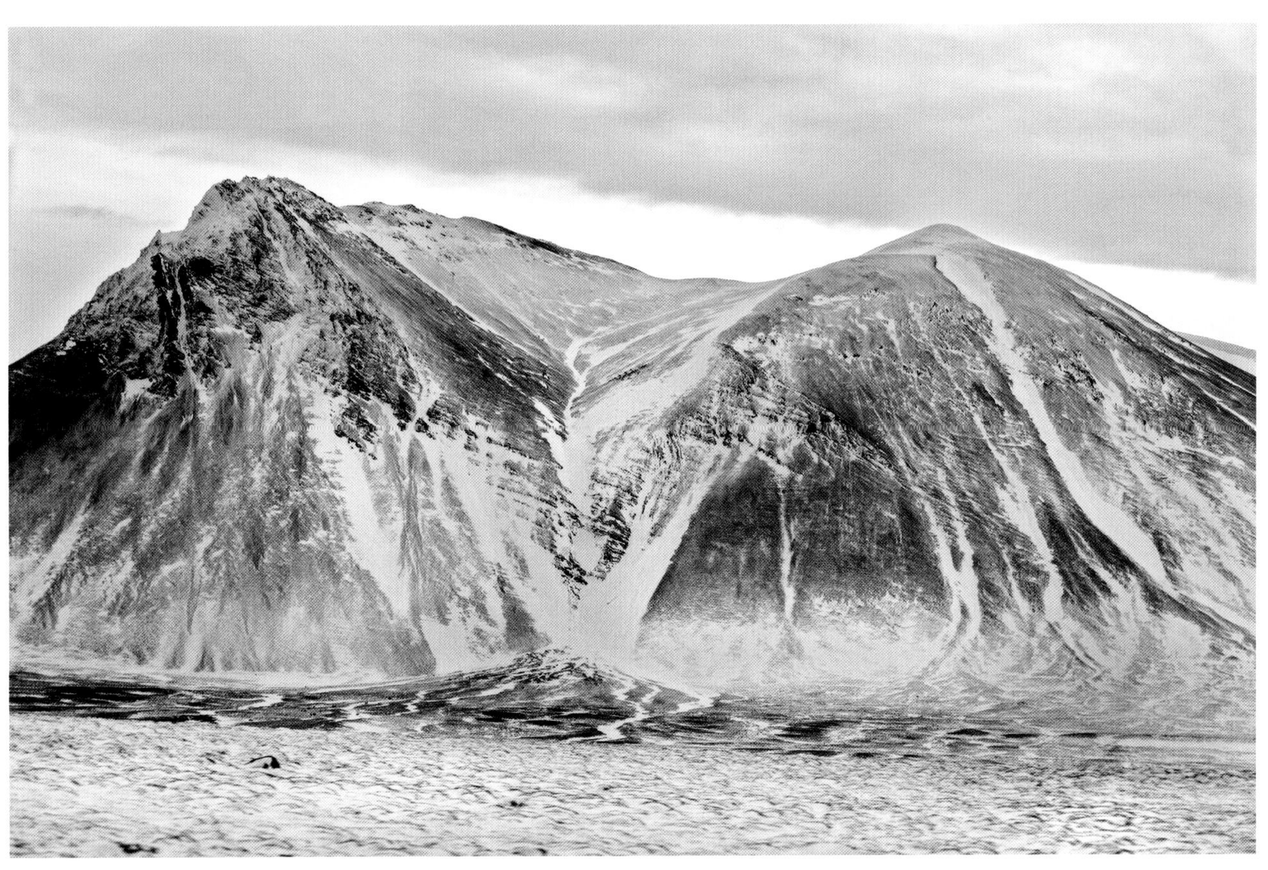

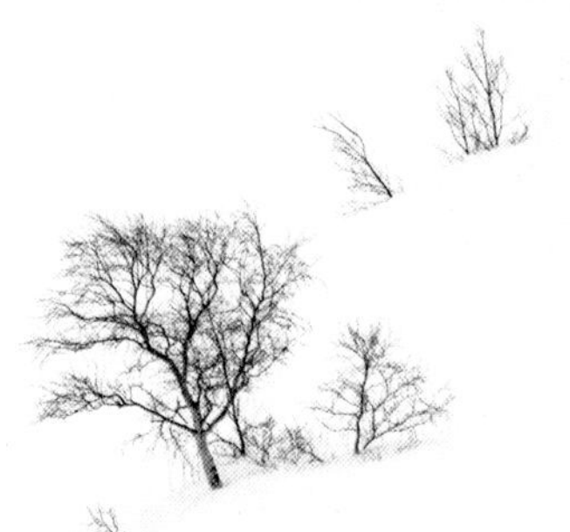

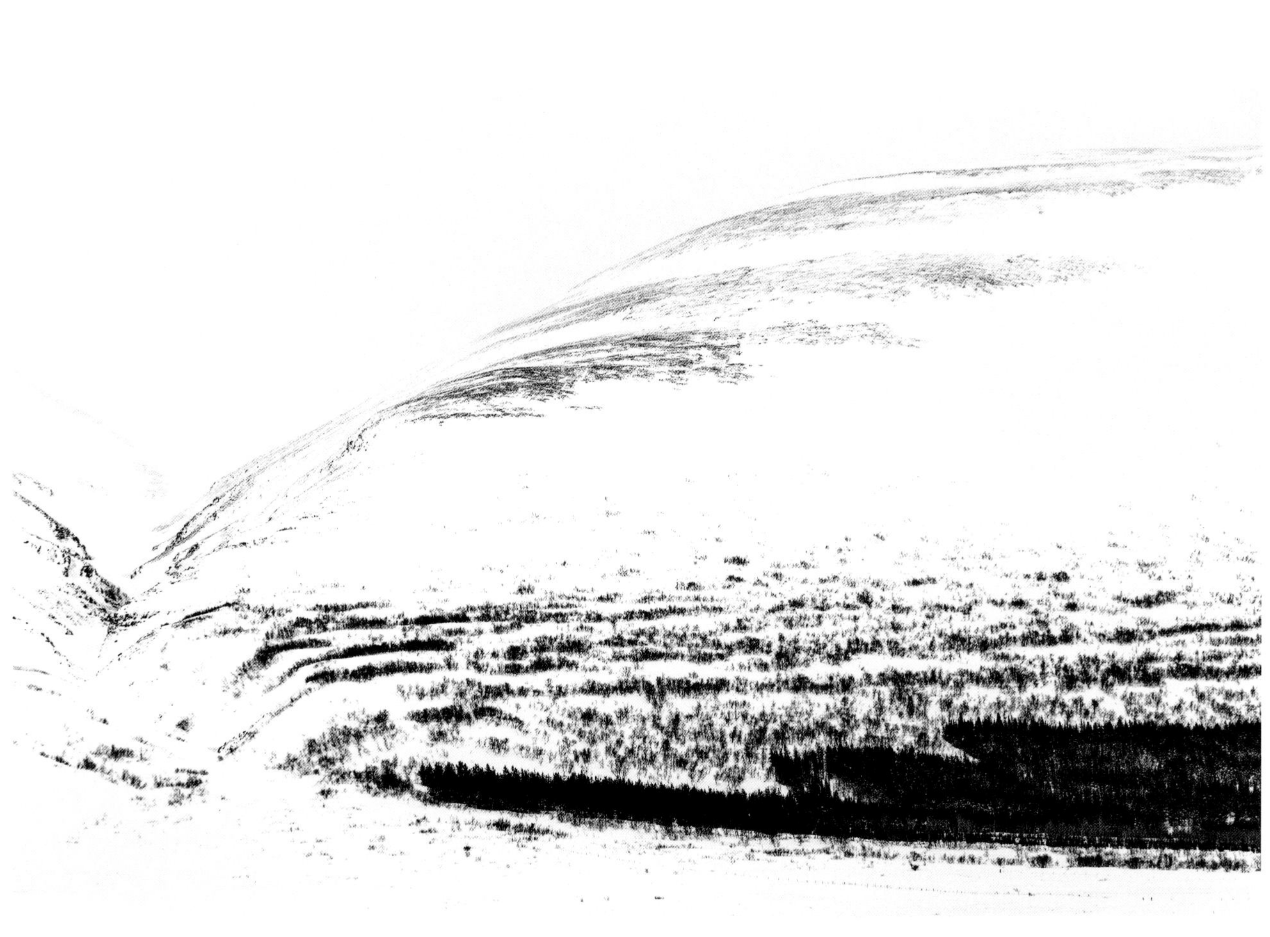

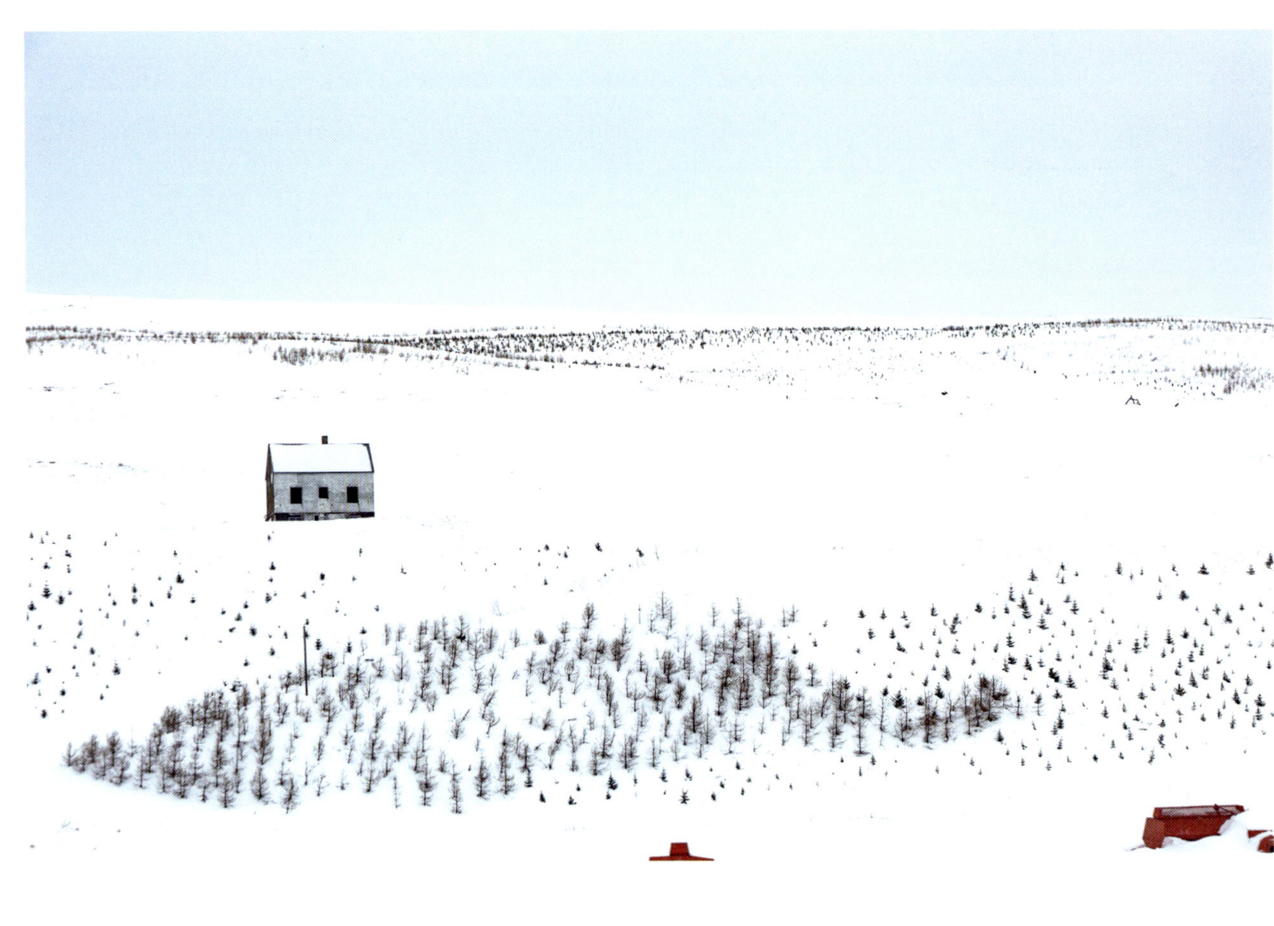

   David Freese's photographs of his winter trip across Iceland evoke memories of when I was a child and awoke to the first snow of winter. The light that penetrated through the curtains in our home was both brighter and whiter than the day before, but what remains embedded in me, first and foremost, is the silence, absolute dead silence, as if a thick sound-insulating blanket lay over the world. It was the world on the first day of creation, before humans had left their footprints on it; it was a white world. Until the moment someone stepped outside and the sound of a steel shovel could be heard scraping against the pathway. In the turbulence of this frantic world, the calm of those white days dwells in my soul and accompanies me wherever I go.

In my mind, the term freedom only exists in connection with nature and can be interchanged with two other words: silence and vastness. As a result of climate changes caused by humans, the white world of the Arctic—a world of silence and vast expanse—is vanishing. Every year we hear that the previous one was the hottest year on record. In just a few years, we who live on this island on the Mid-Atlantic Ridge have witnessed more rapid melting of glaciers and seen our nature undergo more changes over the past few decades than in the past thousand years. In 2019, a symbolic ceremony took place in the presence of our prime minister to bid farewell formally to one of our glaciers: Ok. The media spoke of the *Death of a glacier* or *Funeral of a glacier*. Ok was the first Icelandic glacier to completely disappear in the climate-change era, and other glaciers in the country are expected to vanish in the near future. And with the glaciers the largest water reserves of the world will also evaporate; this will have an impact on life all over our planet.

In an intriguing way, David Freese's color photographs of Iceland's black-and-white wintertide enclose many dimensions of time. They store the time of the past, which can be associated with the timelessness of nature without man and manifests itself in horizontal layers of volcanic rock, stacked on top of each other, windswept mountains with contrasting personal traits, black lava fields, and tree twigs protruding through the snow. But they also capture the present with fenceposts and power lines, a red roof under a powder-blue sky and a blue tractor, a few trees planted by a farm and a village snuggling under a steep mountain. In Freese's photographs people are like little black strokes, the size of matches, under an immense sky. They not only remind us that nature is bigger than man, but also that, although man cannot survive without nature, nature can cope perfectly well without man.

As elsewhere on the planet, extreme weather has increased considerably in Iceland. In mid-December, the temperature reaches sixty degrees Fahrenheit (sixteen degrees Celsius) in Reykjavik, the northernmost capital of the world, and nature awakens with buds on trees. A few days later, it starts to rain, and it rains more in a single week than in a whole year, with heavy landslides and river floods. In May, it snows so heavily that sheep are buried in the meadows in the middle of lambing season. Each deep depression drives the next with unprecedented winds. A week after Freese traveled around the country with his camera in the winter of 2020 and captured the stillness in his images, a storm broke out, causing power line poles to snap and whole rooftops to peel off houses and scatter in the sky like decks of cards.

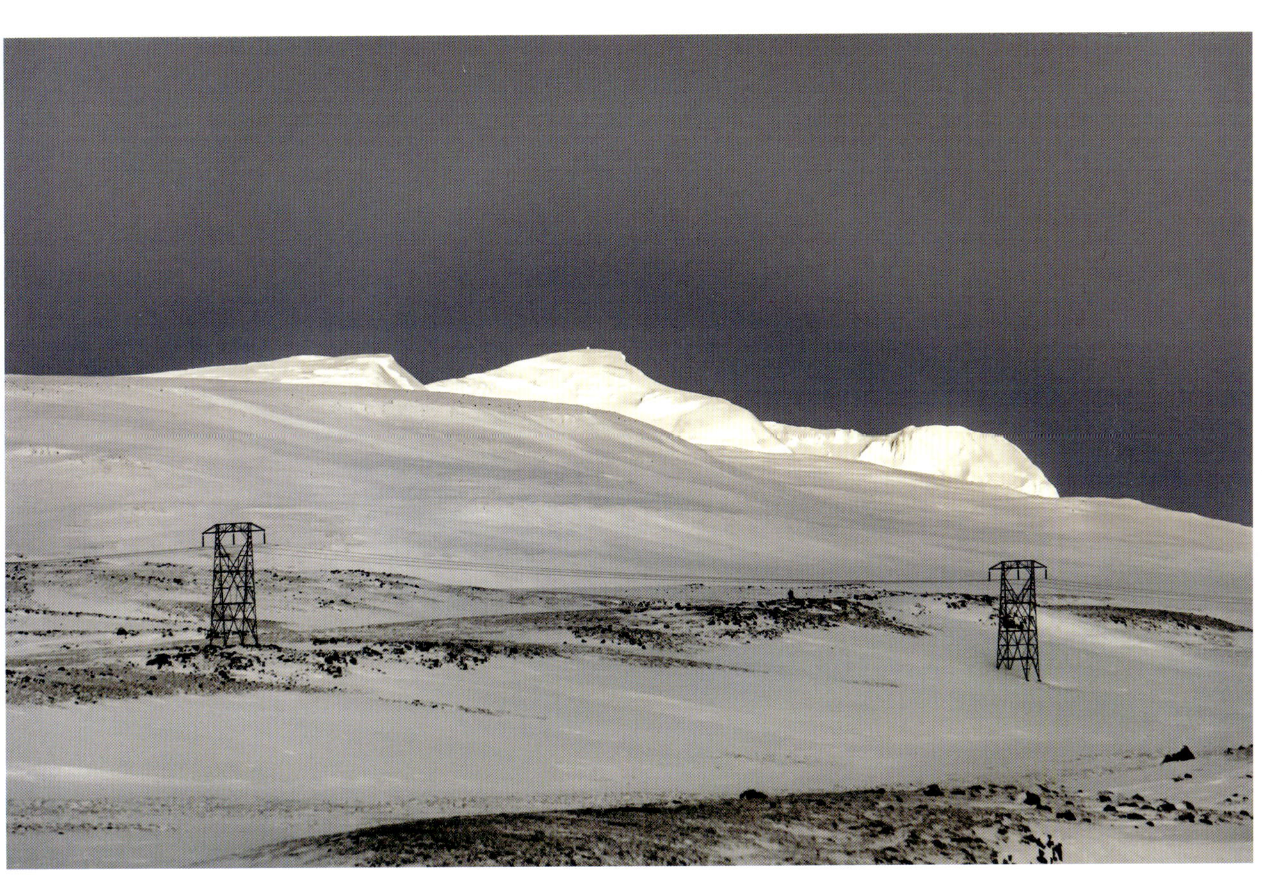

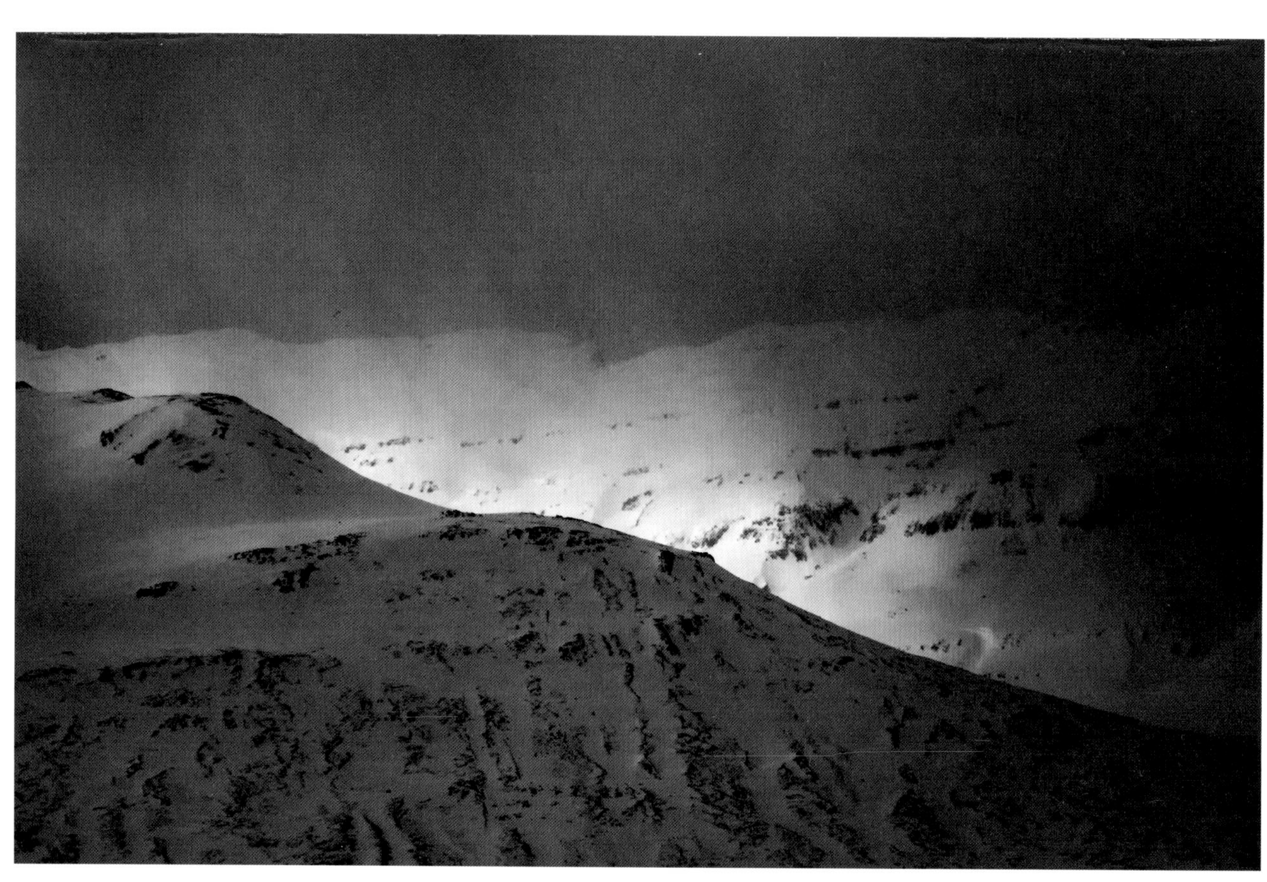

David Freese's ode to the white vanishing world and the cloud formations of the northern hemisphere not only encompasses the time of the past and the present day, but also offers a time for contemplation, which we could call the time of a potential future. Unpredictable weather makes Icelandic nature more hazardous, and under these relentlessly extreme weather conditions the boundaries between sky and earth become blurred: There is no way of seeing what is up and what is down in the world, what is facing forward and what backwards.

This is, therefore, an opportunity to pause and think about the world and our-selves in that world. We can look on Freese's photographs as an interval in time—frozen time—to pose questions about who we are, where we are headed, what are we going to do tomorrow, and what we are going to do not tomorrow but the day after? And what responsibilities do we, who know what is happening, have to bear?

— AUÐUR AVA ÓLAFSDÓTTIR
Translated from Icelandic by Brian FitzGibbon.

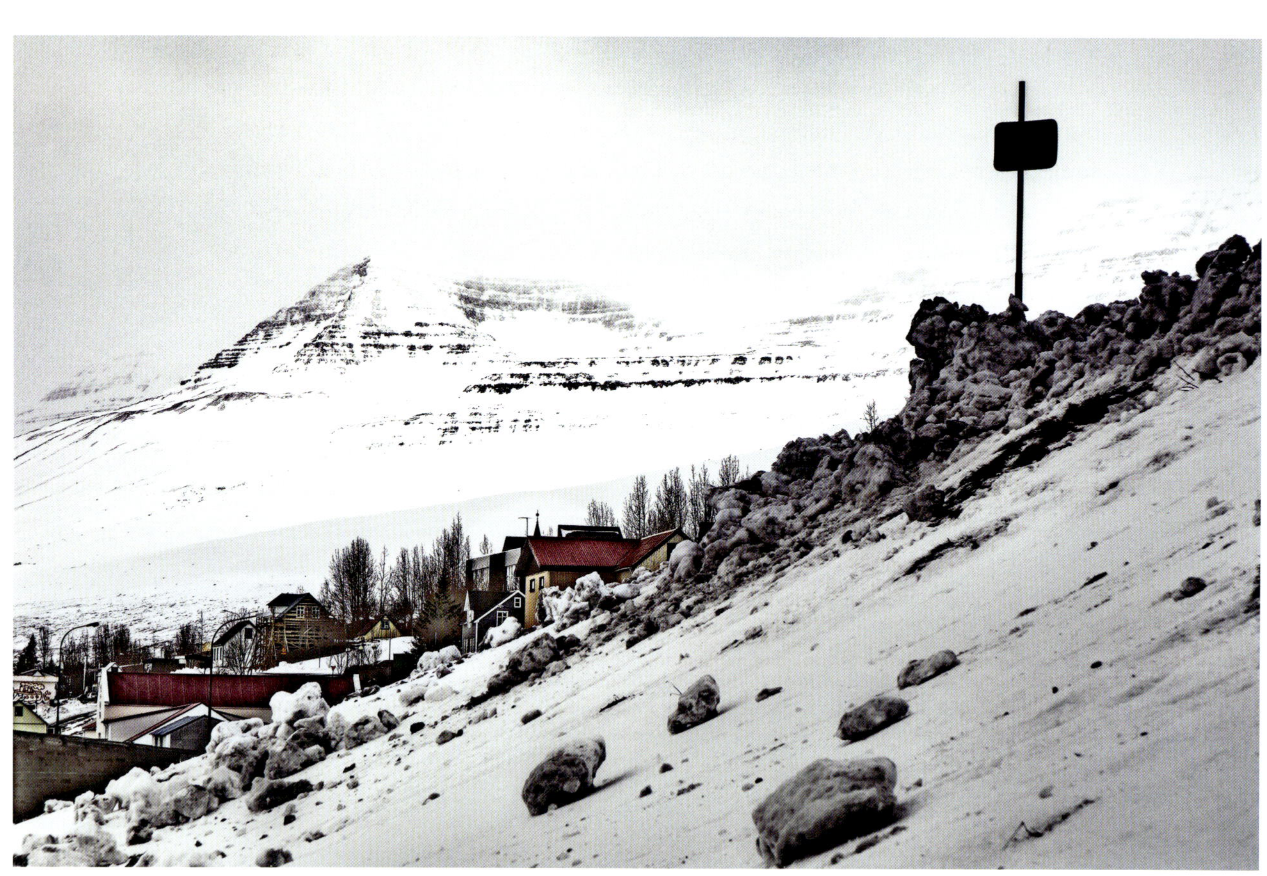

  Ljósmyndir David Freese af vetrarferð hans um Ísland kalla fram í hugann minningu frá því ég var barn og vaknaði upp við fyrsta snjó vetrarins. Birtan sem þrengdi sér í gegnum gluggatjöldin var bæði meiri og bjartari en daginn áður, en það sem situr í mér er þó fyrst og fremst þögnin, algjör grafarþögn, líkt og þykkt, hljóðeingrandi teppi lægi yfir heiminum. Það var heimurinn á fyrsta degi sköpunarinnar, áður en maðurinn setti spor sín á hann, það var hvítur heimur. Eða allt þar til einhver var mættur út til að moka og heyrðist í stáli skóflunnar skrapa stéttina. Í skarkala heims á yfirsnúningi hefur kyrrð þessara hvítu daga sest að í sálinni og fylgir mér hvert sem leið mín liggur. Í mínum huga er hugtakið *frelsi* aðeins til í tengslum við náttúruna og má skipta út fyrir tvö önnur orð: *þögn* og *víðáttu*. Vegna loftslagsbreytinga af mannavöldum er hinn hvíti heimur norðurslóða -heimur þagnar og víðáttu- á hverfanda hveli. Á hverju ári heyrum við að síðasta ár hafi verið það heitasta frá upphafi mælinga. Við sem búum á þessari eyju í miðju Norður-Atlantshafi höfum á nokkrum áratugum upplifað hraðari bráðnun jökla og meiri breytingar á náttúrunni en áður á þúsund árum. Árið 2019 fór fram táknræn athöfn, að viðstöddum forsætisráðherra, þar sem einn af jöklunum okkar: Ok, var kvaddur með formlegum hætti. Fréttamiðlar töluðu ýmist um *dauða jökuls* eða *jarðarför jökuls*. Ok er fyrstur íslenskra jökla til að hverfa alveg á tímum loftslagsbreytinga en búast má við að í náinni framtíð hverfi allir aðrir jöklar landsins. Og með jöklunum hverfur stærsta vatnsforðabúr heims sem mun hafa áhrif á líf alls staðar á jörðinni.

Litmyndir David Freese af svart-hvítri vetrarnáttúru Íslands innihalda á einkennilegan hátt marga tíma. Þær geyma tíma fortíðar sem eins má kenna við tímaleysi náttúrunnar án mannsins og birtist í láréttum berglögum eldgosa, sem raðast hvert upp á annað, vindsköfnum fjöllum með mismunandi persónueinkennum, svörtu hrauni og trjáhríslum sem stinga sér upp úr snjónum. En þær tilheyra líka samtímanum með girðingarstaurum og rafmagnslínum, rauðu húsþaki undir fölbláum himni og bláum traktor, nokkrum trjám sem hafa verið gróðursett við sveitabæ og þorpi sem kúrir undir bröttu fjalli. Í ljósmyndum Freese er fólk litlir svartir pinnar, á stærð við eldspýtur, undir stórum himni. Það minnir okkur ekki einungis á það að náttúran er stærri en maðurinn heldur líka að enda þótt maðurinn komist ekki af án náttúrunnar, þá kemst náttúran vel af án mannsins.

Líkt og annars staðar í heiminum hafa veðuröfgar aukist til muna á Íslandi. Um miðjan desember mælist 16 stiga hiti í nyrstu höfuðborg heims og náttúran vaknar til lífsins með brumhnöppum á trjám. Nokkrum dögum síðar fer að rigna og rignir meir á einni viku en samanlagt á heilu ári með miklum aurskriðum og flóðum í ám. Í maí kyngir niður snjó og kindur grafast í fönn í miðjum sauðburði. Hver djúp lægðin með áður óþekktum vindstyrk rekur aðra og viku eftir að Freese ferðaðist um landið í febrúar 2020 með myndavélina sína og festi kyrrðina á filmu, gerði óveður og rafmagnsstaurar brotnuðu og þök flettust af húsum í heilu lagi eins og spilastokkur sem rótast upp í loft.

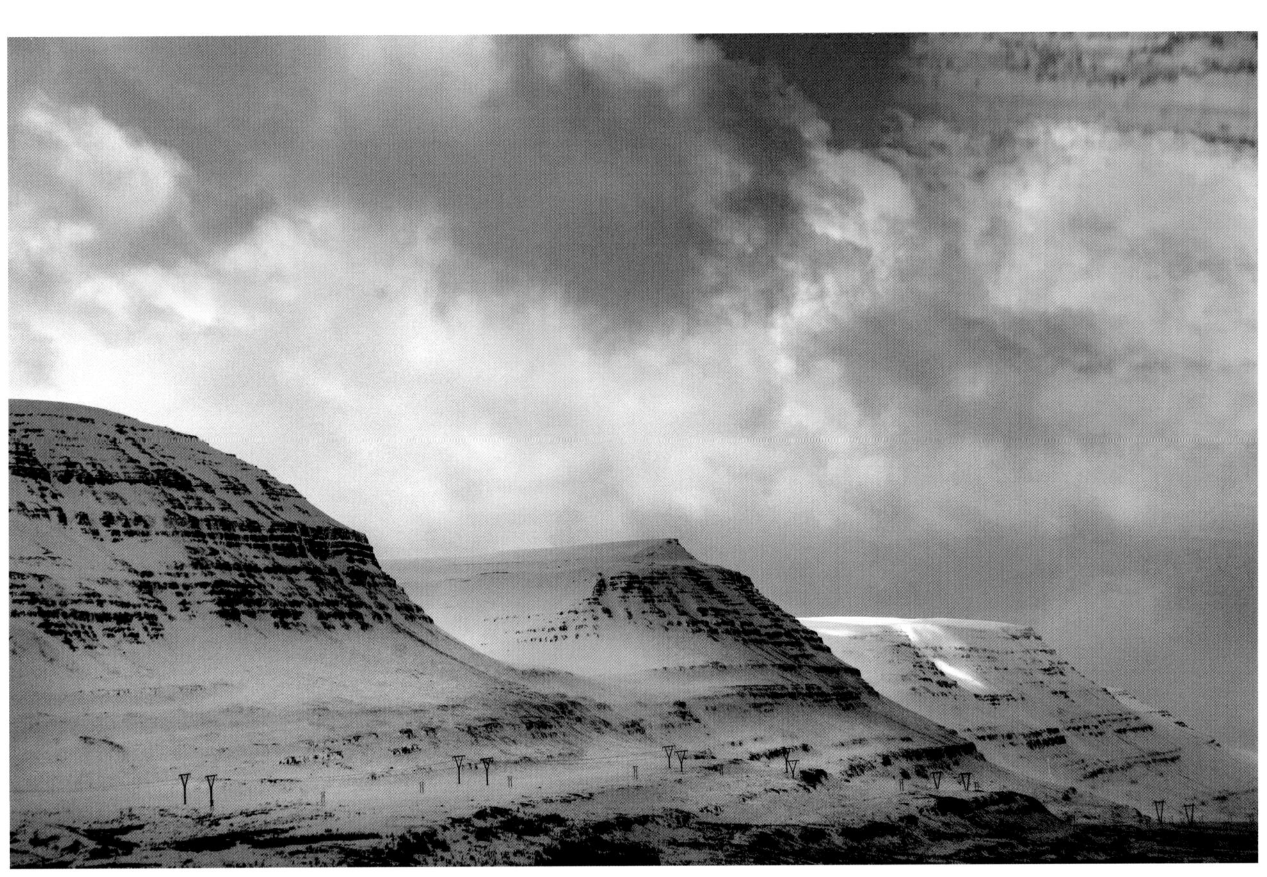

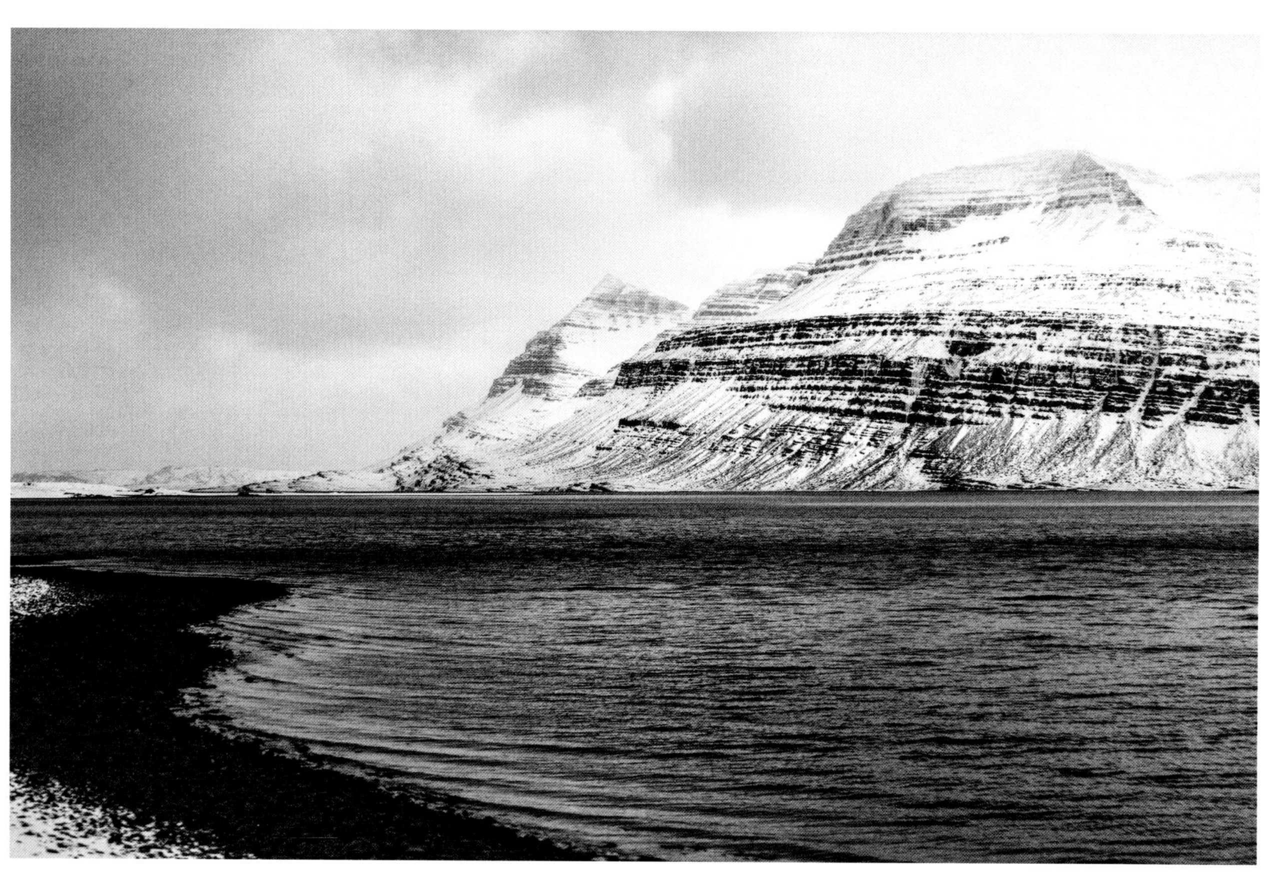

Í óði David Freese til hins hvíta, hverfandi heims og skýjafars norðurálfu býr ekki einungis tími fortíðar og tími dagsins í dag, heldur líka tími umhugsunar sem við getum kallað tíma mögulegrar framtíðar. Óútreiknanleg veður gera stórbrotna íslenska náttúru hættulega og í miklum og endurteknum veðurham hverfa mörk himins og jarðar og engin leið er að átta sig á því hvað er upp og hvað niður í heiminum, hvað snýr fram og hvað aftur.

Þá er einmitt tækifæri til að staldra við og hugsa um heiminn og okkur sjálf í heiminum. Við getum litið á ljósmyndir Freese sem hlé í tímanum, sem frosinn tíma, til að spyrja spurninga á borð við hver erum við, hvert stefnum við, hvað ætlum við að gera á morgun og hvað ætlum við að gera ekki á morgun heldur hinn? Og hver er ábyrgð okkar sem vitum hvað er að gerast?

— AUÐUR AVA ÓLAFSDÓTTIR

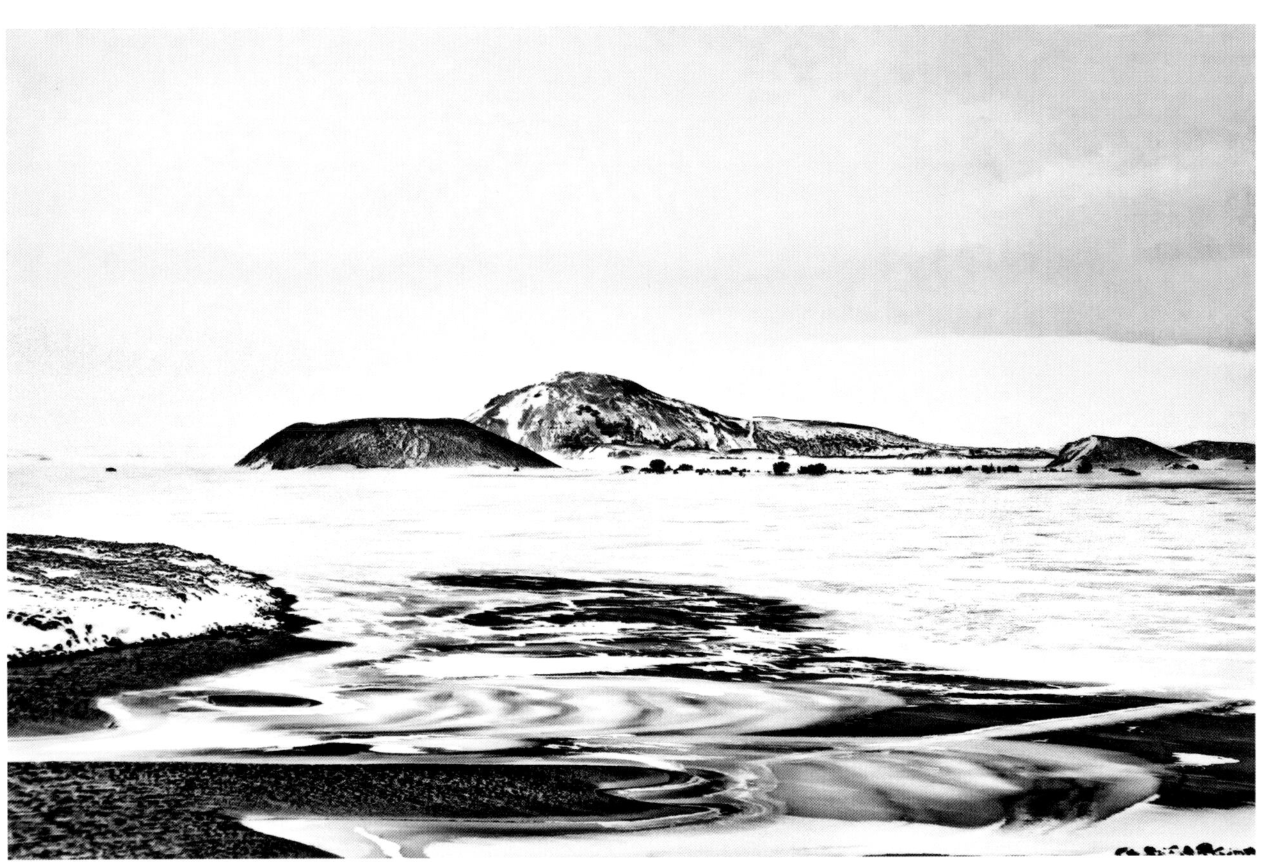

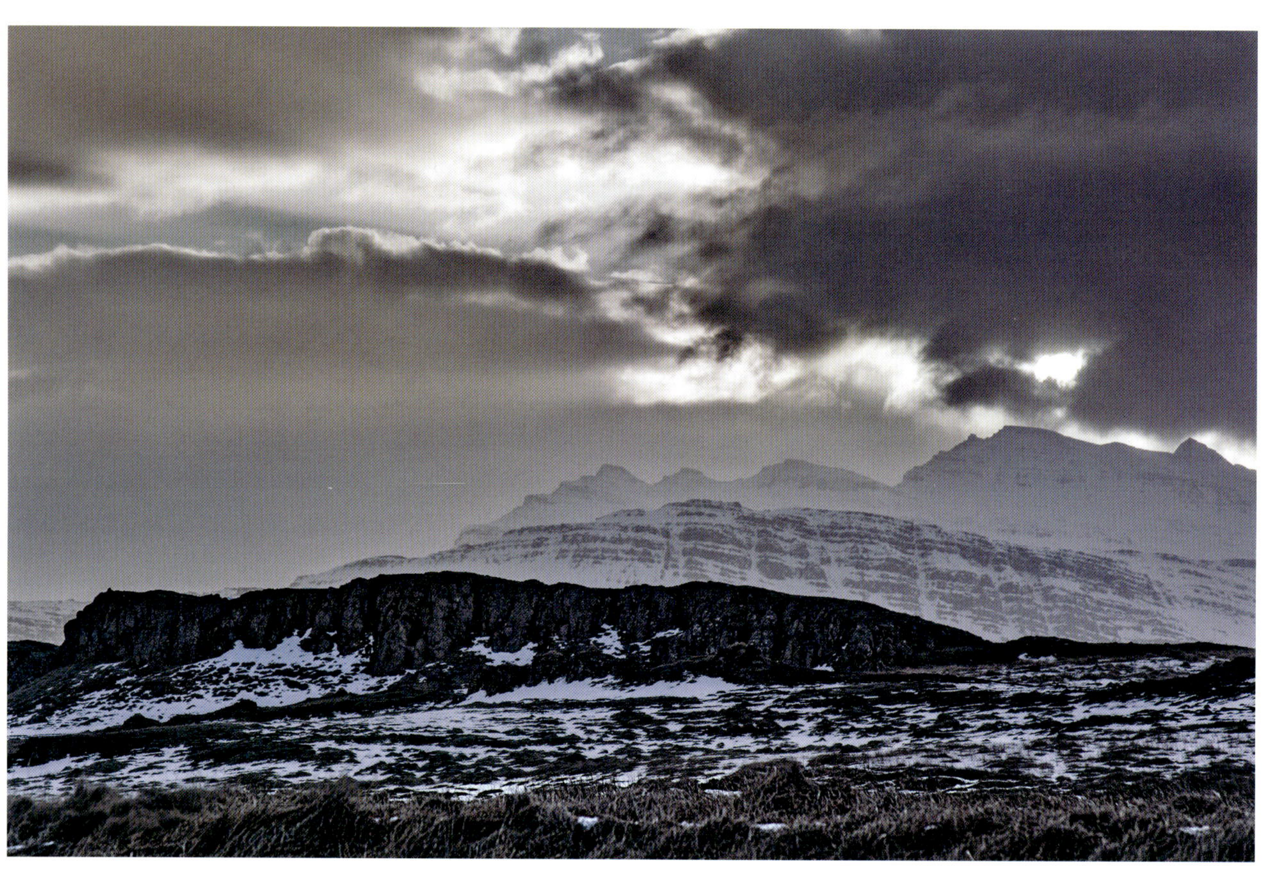

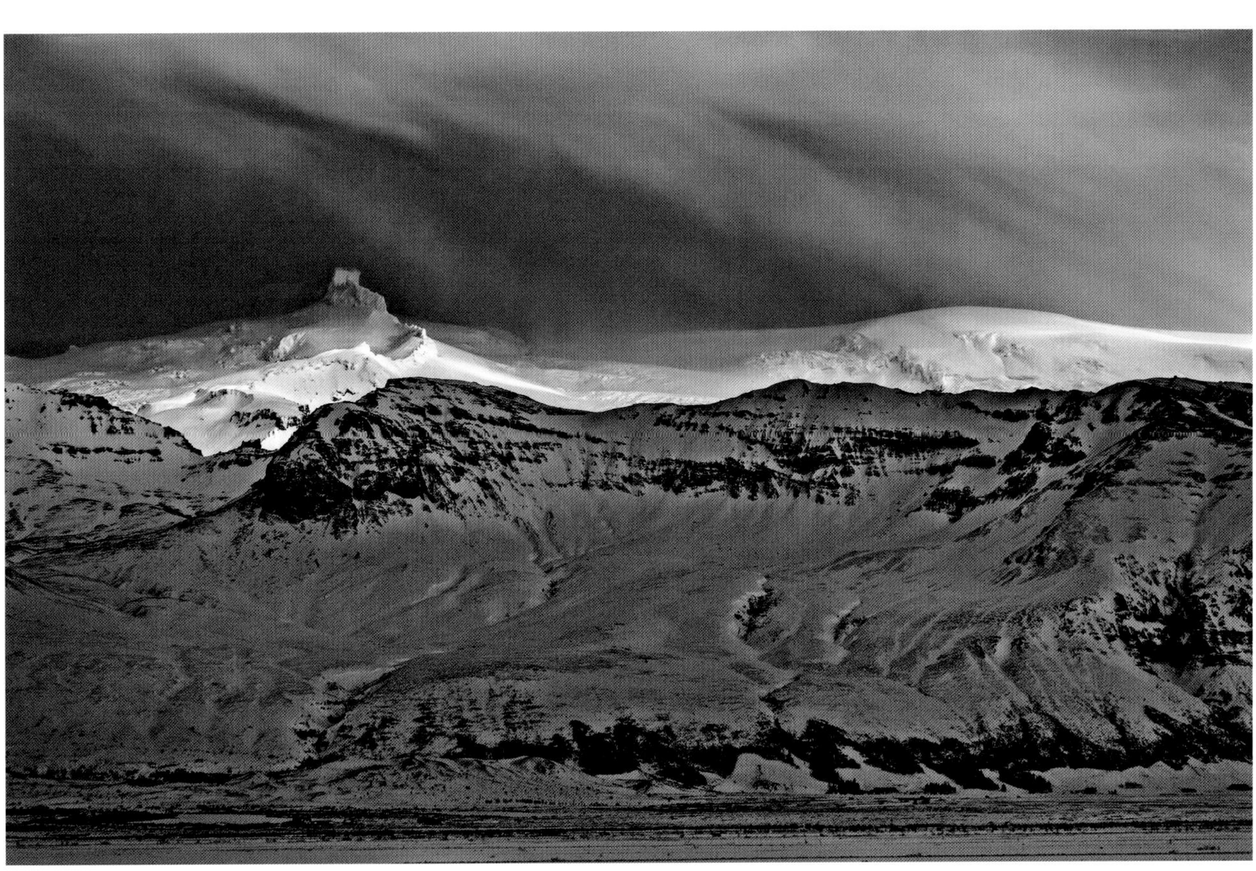

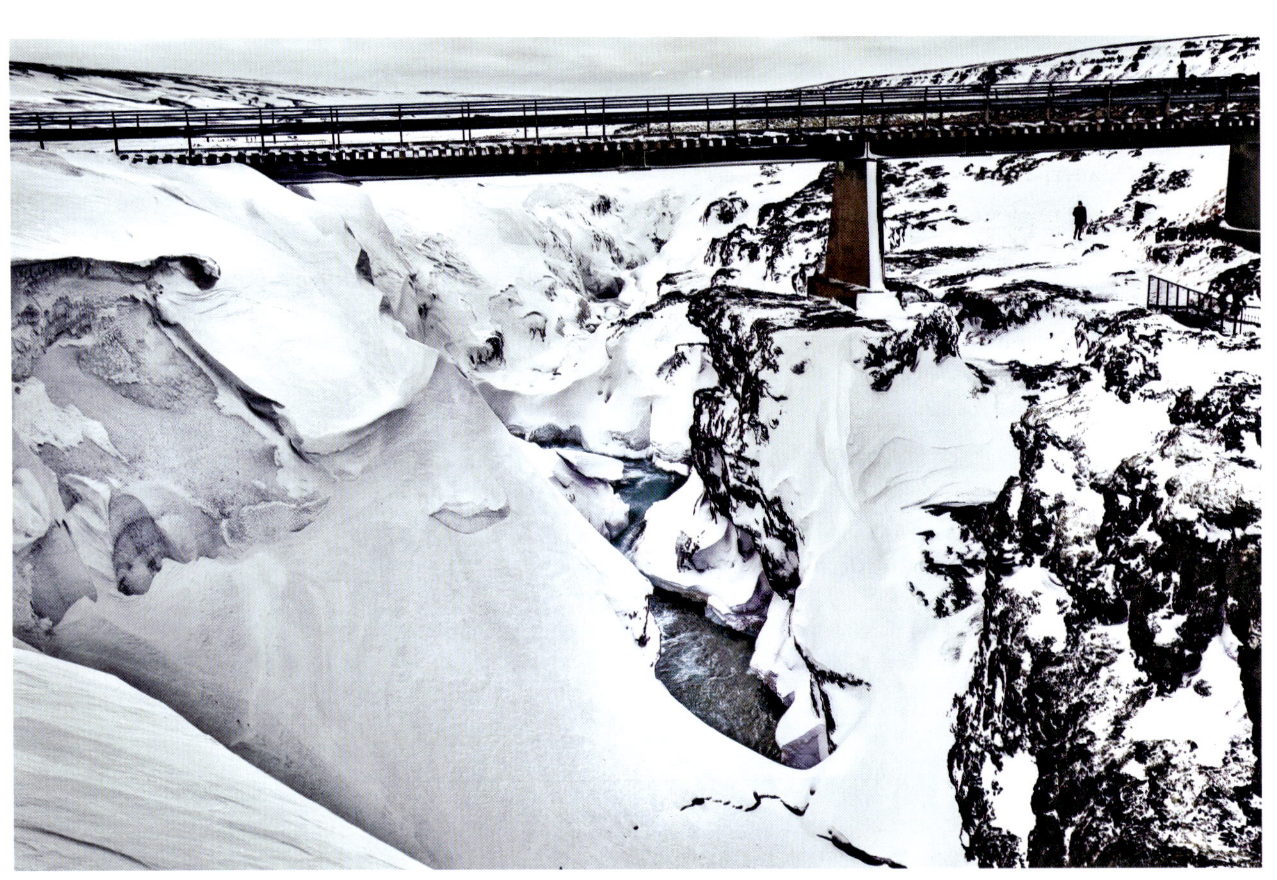

ACKNOWLEDGMENTS

I thank my wife, Amy, for her love, perpetual support, and patience through the alternating calms and storms of life—always at my side and that includes most of the photographs taken for this book. Lucky me. Gratitude and love to our daughter, Amanda, son-in-law Pat, and granddaughters Celia, Chloe, and Iris. And I know that Derek is always about and within. I treasure them all.

A grand thank you to Auður Ava Ólafsdóttir, for being such a special voice in these pages. How wonderful! Your reflections augment the images in a profound manner, and I am most grateful. A thousand thanks to the translators: Brian Fitz-Gibbon, for Auður's essay, and Ingunn Snædal, for everything else. And what more can I possibly say to the enduring, stellar publishing team: George F. Thompson, publisher; David Skolkin, book designer; Mikki Soroczak, editorial assistant—all are the best of the best. Grateful and honored to be one of the first small photo books from GFT books. Thank you all so very much for your kindness, good will, hard work, and expertise.

Ég vil þakka Amy, eiginkonu minni, fyrir auðsýnda ást, óbifandi stuðning og þolinmæði í lífsins ólgusjó—hún er alltaf við hlið mér, meðal annars þegar flestallar myndir í þessari bók voru teknar. Ég er heppinn maður. Ástarþakkir til Amöndu dóttur okkar, tengdasonarins Pat og barnabarnanna Celiu, Chloe og Iris. Ég veit líka að Derek er alltaf viðstaddur. Þið eruð mér öll mjög dýrmæt.

Auður Ava Ólafsdóttir fær einlægar þakkir fyrir að ljá þessum síðum einstaka rödd sína. En dásamlegt! Hugleiðingar þínar auka vægi myndanna og dýpka merkingu þeirra og ég er afar þakklátur. Þúsund þakkir til þýðendanna: Brians Fitzgibbon, fyrir þýðingu á texta Auðar, og Ingunnar Snædal, fyrir allt hitt. Hvað get ég svo mögulega sagt við glæsilegt og þrautseigt útgáfuliðið mitt: Útgefandinn George F. Thompson, hönnuðurinn David Skolkin og aðstoðarritstjórinn Mikki Soroczak—þið eruð allir fyrsta flokks. Ég er mjög þakklátur fyrir þann heiður að fá að gefa út eina fyrstu litlu ljósmyndabókina hjá GFT-bókum. Kærar þakkir til ykkar allra fyrir hlýjan hug, jákvæðni, elju og kunnáttu.

Utmost appreciation to the many who have inspired, assisted, advised, encouraged, and offered me support over the years / **Kærar þakkir** til þeirra fjölmörgu sem hafa veitt mér andagift, aðstoð, góð ráð, hvatningu og alls kyns stuðning í gegnum árin:

Justyna Badach and (og) Antoine Rotival, Shaïna Brault Blanchette, Edward Bottone and (og) Peggy Smith, Irena and (og) Harry Brandler, Michael Brune, Mady Buchbinder, Nancy Brokaw and (og) David Sanders, Diane Burko, Jenna Butler, Yun Han Chang, Sira Chayer, Lisa Coleman, Julianne Couch and (og) Ron Hansen, Judith and (og) Peter Croal, Garry Donaldson, Jackie and (og) Pat Duci, Gary Ell, Susan Fenton and (og) Larry Spaid, Harris Fogel, Darlene Friedman and (og) Roger Roth, Marie Garafano, Dejan Georgovich, Lonnie Graham, Neysa Grassi, Geoff Green, Jolene Hanson, Cindy and (og) Michael Harris, E. Sherman Hayman and (og) Mark Paul, Lisa Hepner and (og) Guy Mossman, Ruth Melkonian and (og) Dennis Hoover, Lila Ingui, Ann Jastrab, Sharon and (og) Ken Kauffman, Kathy and (og) Garry Kaulitz, Sarah Kennel, Alain Laglace, Martin Lipman, Martha Madigan, Michael E. Mann, Susan Marcolongo, Richard Marple, Colleen and (og) John Marshall, Annu Palakunnathu Matthew and (og) David H. Wells, Eric Mattson, Kass and (og) Eric Mencher, Lee Narraway, Lisa and (og) Jay Orlandi, Eric Paddock, Stephen Perloff, Bianca Perren, Morgan Pfaelzer, Jeanne and (og) Richard Press, Elana Auerbach and (og) Bill Press, Andrea and (og) Eran Preis, Jennifer Potter, Hope Proper, James Raffin, Monica Raymund and (og) Tari Segal, Georgina Reskala, Sandy Reynolds, Cathy Rodgers, Naomi Rosenblum, Nina Rosenblum and (og) Dan Allentuck, Jeff Rush, Tracy Sanasac and (og) Jeff Carter, Joyce Sanders and (og) Leif Skoogfors, Rebecca Senf, Aline Smithson, Sandy Sorlien, Liz Spungen, Harvey Stein, Judith Harold-Steinhauser, Lisa and (og) Hugh Sterbakov, Karen Kupfrian Stewart, Carolyn Card Sutton, Paul Swann, Mary Virginia Swanson, Tom Szekely, Barbara Tannenbaum, Alex P. Taylor, Kelly and (og) Rich Tuzio, Steve Weinrebe, Dick Weisgrau, Willie Williams, Setsuko and (og) Simon Winchester, Sasha Wolf, Emily Zimmermann, Fred Zimmerman, Yasue and (og) Peter Zimmerman.

David Freese has spent the last sixteen years photographing North America's major waters, resulting in a trilogy of books: *West Coast: Bering to Baja* (2012), *East Coast: Arctic to Tropic* (2016), and *Mississippi River: Headwaters and Heartland to Delta and Gulf* (2020), all published by George F. Thompson Publishing. His prints are in many collections, including the Center for Creative Photography, Cleveland Museum of Art, Denver Art Museum, Haggerty Museum of Art, and Library of Congress, and his photographs have appeared in *Communication Arts, photo district news, Photo Insider, Polaroid International, Popular Photography, Smithsonian Air and Space,* and *View Camera* magazines.

David Freese hefur varið síðastliðnum sextán árum í að mynda stærstu vatnasvæði Norður-Ameríku og afrakstur þess er þríleikur bóka: *West Coast: Bering to Baja* (2012), *East Coast: Arctic to Tropic* (2016), og *Mississippi River: Headwaters and Heartland to Delta and Gulf* (2020), gefnar út hjá George F. Thompson Publishing. Verk hans er að finna í mörgum söfnum, þ. á m. Center for Creative Photography, Cleveland Museum of Art, Denver Art Museum, Haggerty Museum of Art, og Library of Congress, og myndir hans hafa birst í tímaritunum *Communication Arts, photo district news, Photo Insider, Polaroid International, Popular Photography, Smithsonian Air and Space,* og *View Camera*

Auður Ava Ólafsdóttir, who was born in Reykjavík and studied art history at the Sorbonne in Paris, is a well-known Icelandic novelist, playwright, and poet. Her seven novels include *Rigning í nóvember* (*Butterflies in November*) (2004; English translation, 2013), *Ör* (*Hotel Silence*) (2016; English translation, 2018), which was awarded the Nordic Council Literature Prize, and *Ungfrú Ísland* (*Miss Iceland*) (2018), which was awarded the French Medicis Prize in 2019.

Auður Ava Ólafsdóttir, sem fæddist í Reykjavík og lærði listasögu í Sorbonne í París, er vel þekktur íslenskur rithöfundir, leikskáld og ljóðskáld. Hún hefur gefið út sjö skáldsögur, þeirra á meðal *Rigning í nóvember* (2004, ensk þýðing 2013), *Ör* (2016), sem hún fékk Bókmenntaverðlaun Norðurlandaráðs fyrir, og *Ungfrú Ísland* (2018), sem hlaut frönsku Medicis-verðlaunin 2019.

ABOUT THE BOOK

Iceland: Wintertide was brought to publication in an edition of 1,000 softcover copies with gatefold flaps. The text was set in Minion with Avenir and Gotham display, the paper is Magno Volume, 135 gsm weight, and the book was professionally printed and bound by Pristone Pte., Ltd., in Singapore.

Iceland: Wintertide er gefin út í 1000 eintökum í sveigjanlegu bandi með innanábrotnum flipum. Textinn er unninn í Minion, Avenir og Gotham display, pappírinn er Magno Volume, 135 gsm weight, og bókin var prentuð og bundin inn hjá Pristone Printing, Ltd., í Singapore.

Publisher / Útgefandi: George F. Thompson
Editorial Assistant / Aðstoð við ritstjórn: Mikki Soroczak
Manuscript Editor / Ritstjórn handrits: Purna Makaram
Book Design and Production / Bókarhönnun og framleiðsla: David Skolkin
Translators / Þýðendur: Brian FitzGibbon and (og) Ingunn Snædal.

Published in 2021. First softcover edition
Gefin út 2021. Fyrsta útgáfa í sveigjanlegu bandi.
Printed in Singapore on acid-free paper
Prentuð í Singapore á sýrulausan pappír.

George F. Thompson Publishing, L.L.C.
217 Oak Ridge Circle
Staunton, VA 24401–3511, U.S.A.
www.gftbooks.com

29 28 27 26 25 24 23 22 21   1 2 3 4 5

The Library of Congress Preassigned Control Number is 2021935112.
Forúthlutað númer frá bandaríska þjóð- og þingbókasafninu: 2021935112.

ISBN: 978–1–938086–83–0